கா. அலர்மேன்மங்கையின்

திராவிட மதம்

தொகுப்பாசிரியர்

கோ. ரகுபதி

தடாகம்

தடாகம்

கா. அலர்மேன்மங்கையின் திராவிட மதம்

- **தொகுப்பாசிரியர்: கோ. ரகுபதி**
- **முதற்பதிப்பு: மார்ச் 2023**
- **பக்க வடிவமைப்பு: கி. ஆஷா**
- **அட்டை ஓவியம்: டிராட்ஸ்கி மருது**
- **அட்டை வடிவமைப்பு: வெ. பாலாஜி**

Book Name & Editor Name: ***Ka. Alarmenmangaiyin Tiravita Matham*** by ***K. Ragupathi***

© ***K. Ragupathi***

Published by:

THADAGAM
No.112, First Floor, Thiruvalluvar Salai
Thiruvanmiyur, Chennai 600041
Mob: +91-98400-70870
www.thadagam.com | info@thadagam.com

ISBN: 978-93-93361-23-3

Published on March 2023

Price: ₹ 160

காணிக்கை

ஆரிய ஸநாதநத்தின் பிடியிலிருந்து
திராவிட, தமிழ் அறிவுப் பாரம்பரியத்தை,
சமத்துவப் பண்பாட்டை
மீட்டெடுக்கப் போராடிய

அயோத்திதாசப் பண்டிதர்
ஆபிரகாம் பண்டிதர்
ஆனந்தம் பண்டிதர்
பண்டிதை அலர்மேன்மங்கை அம்மாள்

தொகுப்பாசிரியரைப் பற்றி

கோ. ரகுபதி (1975), தூத்துக்குடி மாவட்டம் சாத்தான்குளம் வட்டம், பிடாநேரி கிராமம், டி.கே.சி நகரைச் சேர்ந்தவர். தொடக்கக் கல்வியை தேரிப்பனை T.D.T.A. நடுநிலைப் பள்ளியிலும் நடு, உயர், மேல்நிலைப் பள்ளிக் கல்வியை நாசரேத் மர்காஷியஸ் பள்ளியிலும் பயின்றார். நாசரேத், பிள்ளையான்மனை மர்காஷியஸ் கல்லூரியில் இளங்கலைப் பட்டத்தையும் திருநெல்வேலி மனோன்மணியம் சுந்தரனார் பல்கலைக்கழகத்தில் முதுகலை, முனைவர் பட்டங் களையும் பெற்றார். தமிழ்த் தினசரி ஒன்றில் நிருபராக ஓராண்டும் மேற்குறிப்பிட்ட பல்கலைக்கழகத்தின் சமூக விலக்கல் & உட் கொணர்வு கொள்கை ஆய்வு மையத்தில் இணை ஆராய்ச்சியாளராக இரண்டரை ஆண்டுகளும் பணியாற்றினார். 2011-ஆம் ஆண்டு தமிழ் நாடு அரசுக் கல்லூரியில் சேர்ந்து சேலம் மாவட்டம் ஆத்தூர், வடசென்னிமலை, அறிஞர் அண்ணா அரசுக் கல்லூரி, திண்டிவனம், திரு ஆ. கோவிந்தசாமி அரசினர் கலைக் கல்லூரி, சென்னை மாநிலக் கல்லூரி ஆகியவற்றில் வரலாற்றுத் துறையில் உதவிப் பேராசிரியராகப் பணியாற்றி தற்போது மாற்றுப் பணியில் தமிழக அரசு புதிதாக நிறுவியுள்ள தமிழ்நாடு மாநில ஆதிதிராவிடர் & பழங்குடியினர் ஆணையத்தில் உறுப்பினராகப் பணியாற்றுகிறார். ஹிந்து ஜாதியக் கட்டமைப்பையும் இதனால் சுரண்டடப்பட்டு ஒடுக்கப் படும் ஜாதியற்றோர் குறித்து ஆய்வுக் கட்டுரைகளையும் நூல்களையும் தொடர்ந்து எழுதுகிறார்.

பொருளடக்கம்

1. ஜாதி பேதமற்ற திராவிட மதம்	09
கோ. ரகுபதி	
2. திராவிட மதம்	27
கா. அலர்மேன்மங்கை அம்மாள்	
3. ஆவேச வணக்கம்	69
கனம். கார் ஐயர்	
4. இந்துதேச சமயங்கள்	75
பெயரில்லா ஆசிரியர்	
1. யூத சமயம்	76
2. ஸொரோஸ்தர் சமயம்	77
3. சமண சமயம்	80
4. சீக்கிய மதம்	83
5. ஆவேச வணக்கம்	87
6. புத்தமதம்	90
7. மகம்மது மார்க்கம்	96
8. இந்து சமயம்	104
9. இந்தியாவில் கிறிஸ்துமத வியாபகம்	115

ஜாதி பேதமற்ற திராவிட மதம்

கோ. ரகுபதி

மதம் என்றால் என்ன? என்ற கேள்விக்கு, "எல்லாம் வல்ல எங்கும் நிறைந்த ஒரு கடவுள் யாவற்றையும் படைத்து, அவற்றை ஆண்டு நடத்தி வருவதாயும், சிருஷ்டிப்பொருள்களெல்லாம் அக்கர்த்தாவிற்கு அடங்கியும் வணங்கியுமிருக்க வேண்டுமென்றும்; இன்னும் அக்கடவுளிடும் கட்டளைகளைப் பணிவுடன் ஆற்றுபவனே சமயநெறிகடவா தொழுகுபவனென்றும் சொல்லப்படும். இத்தகைய மதமே பிரபஞ்சத்தில் பொதுப்படையாகப் பெரும்பாலாராலும் ஏற்றுக்கொள்ளப்படுகிறது" என்ற இங்கர்சால் கூற்றைப் பதிலாக ஏற்கலாம்.[1] ஒவ்வொரு மதங்களுக்கும் புனித நூற்கள், நிலையான ஆலயம், கடவுளுக்கும் பக்தர்களுக்கும் இடையிலான பூசாரிகள் உண்டு. ஒருபுறம் மக்கள் மீது அதிகாரம் செலுத்தும் நிறுவனமாக இருக்கின்ற மதம், மறுபுறம் தூய நம்பிக்கையுள்ள பக்தர்களிடம் கடவுளையும் வழிபாட்டையும் விற்பனைச் சரக்காக்கி பொருளீட்டும் கடவுள் வியாபாரிகளும் பெருகுகின்றனர். இப்புவிப் பரப்பின் எங்கோ ஒரு மூலையில் தோன்றிய ஒவ்வொரு மதங்களும் போக்குவரத்துக் கருவிகளின் வளர்ச்சியினூடாக உலகெங்கும் பரவியதால் மதமென்பது எண்ணற்ற மொழிகளைப் பேசும் இனங்களை உள்ளடக்கியுள்ளது. ஒவ்வொரு மதங்களிலும் ஒன்றுக்கும் மேற்பட்ட உட்பிரிவுகள் தோன்றியுள்ளன. இவற்றின் சீரான தன்மையால் நிற, ஜாதி, மொழி, பாலின, வேறுபாடின்றி அந்தந்த மதங்களைச் சேர்ந்தோர் அவரவர்களின் புனித நூற்களை வாசிக்கவும், ஆலயங்களில் கூடவும், வழிபடவும், கடவுளுக்கான பூசாரியாகவும் உரிமையையும் பெற்றிருக்கின்றனர். உலக மக்கள் அனைவரையும் தங்கள் மதங்களைச் சேர்ந்த கடவுள்தான் படைத்தார் என்ற கதையை நம்புவதால் மேற்குறிப்பிட்ட உரிமைகளைச்

சமத்துவமாக வழங்குகின்றன. ஆரிய ஹிந்து மதத்தில் பிரம்மன் தன் உடலின் வெவ்வேறு பாகங்களிலிருந்து வெவ்வேறு தொழில்களைச் செய்ய பிராமணர், க்ஷத்ரியர், வைஷியர், சூத்திரர் எனக் கூம்பு வடிவில் படிநிலையாகப் படைத்தான் என்ற கட்டுக்கதையை ஹிந்துக்கள் நம்புவதால் அம்மத்தைச் சேர்ந்தோர் எனக் கூறப்படும் அனைவரும் வேதங்களை வாசிக்கவோ, கோயிலுக்குள் செல்லவோ, வழிபடவோ, பூசாரியாகவோ உரிமை மறுக்கப்படுகிறது. ஹிந்துக்கள் எனக் கூறப்படுவோர் கோயிலில் வழிபடும் உரிமையைப் பெற பிரித்தானிய ஏகாதிபத்தியக் காலத்தில் தொடங்கிய போராட்டம் நூற்றாண்டுக்கும் மேலாகத் தொடர்கிறது. அவரவர் தாய்மொழியில் கோயிலில் கடவுளுக்குப் பூசை செய்தல், பாடுதல், அனைத்து இந்துக்களும் பூசாரியாதல் ஆகிய உரிமைகளுக்கான போராட்டங்கள் இந்திய ஒன்றியம் உருவான காலத்திலிருந்து தொடர்ந்து நடைபெறுகின்றன. வழி பாடு, தாய்மொழியில் பூசை செய்தல், பூசாரியாதல் போன்ற உரிமைகளுக்காகப் போராடுவோர் 'திராவிட' இனக் குழுவினர் என்பது இங்குக் கவனிக்கத்தக்கது. இவர்களும் தங்களை 'ஹிந்துக்கள்' என நம்புகின்றனர்; தாங்கள் ஹிந்துக்கள் அல்லர் என மறுப்போரும் உண்டு. ஆதிதிராவிடர்கள் தங்களைப் பௌத்தர் எனக் கூறுவதோடு அம்மதத்தைத் தழுவுவது அயோத்தி தாசர், அம்பேத்கர் தொடங்கி இன்றுவரை நிகழ்கிறது. ஆதி திராவிடர்களையும் திராவிடர்களையும் ஹிந்துக்கள் என்று கூறி னாலும் இவர்களின் தெய்வங்களான அம்மன்களை ஆரிய பிராமணர்கள் வழிபடுவதில்லை. அதேசமயம், ஹிந்து கோயி லுக்குள் சென்று வழிபடவும், பூசாரியாகவும் உரிமைகள் ஆதி திராவிடருக்கும், திராவிடருக்கும் மறுக்கப்படுகிறது. இது ஏன் என வினவினால், ஒவ்வொரு மதங்களும் தம் மதத்தைத் தழுவிய 'உறுப்பினர்'களை கடவுளின் சமமான படைப்பு எனக் கருதுகின்றன. ஹிந்து மதம் 'உறுப்பினராக' அல்லாமல் 'பிறப் பினராக'க் கருதுவதால் ஹிந்துக் கடவுள்களைக் கோயிலுக்குள் சென்று வழிபடுதல் முதல் பூசாரியாகும் உரிமை வரை மறுக்கப் படுகிறது. இவ்வாறு இருக்கிறபோது, ஆதிதிராவிடர்களும், திராவிடர்களும் "ஹிந்து"க்களா? என்ற அடிப்படையான கேள்வி இங்கு எழுகிறது. இல்லை என்ற பதிலை தமிழ்ச் சித்தர்கள், அயோத்திதாசர், தர்மதீர்த்தா, நாராயணகுரு, பசவப்பா, துக்காராம்

போன்றோர் முன்வைத்தனர். இந்த ஆண்கள் வரிசையில் அறியப் படாத பெண் கா. அலர்மேன்மங்கை அம்மாள், திராவிடர்கள் ஹிந்துக்கள் அல்லர் என்ற அழுத்தமான பதிலை 1914ஆம் ஆண்டு 'திராவிட மதம்' என்ற நூலில் முன்வைத்தார்.

அலர்மேன்மங்கையைப் பற்றி இந்நூலைத் தவிர பிற தகவல் களை அறிய இயலவில்லை. நூலின் அட்டையில் அவருடைய பெயரில் "சென்னை பண்டிதை" என்ற முன்னொட்டு அவர் சென்னையைச் சேர்ந்தவர் எனக் கருத இடந்தருகிறது. பாளையங் கோட்டை சைவ சபையார், திராவிட மதம் என்ற கருப்பொருளில் நூல் எழுதக் கூறியதாக அவர் கூறுவதால் இச்சபைக்கும் அவருக்குமான தொடர்பு எவ்வாறு ஏற்பட்டது? அவர் பாளையங் கோட்டையிலிருந்து சென்னைக்கு இடம்பெயர்ந்து இங்கு வசித் தாரா? அவருடைய கல்வி, தொழில் போன்றவை குறித்த கேள்விகள் எழுகின்றன. ஆனால், இதற்குப் பதிலளிக்க ஆதாரங்கள் கிடைக்கவில்லை. இந்நூலை எழுதுவதற்கான காலச் சூழல் இருந்ததையும் ஆகவே இதை, "அவசரநிமித்தம்" எழுதியதாக அவர் கூறுகிறார். தமிழ்ச் சமூகத்தில் பௌத்த, சமண மதங்கள் வீழ்த்தப்பட்ட பின் பிரித்தானிய ஏகாதிபத்தியக் காலத்தில் ஆரிய ஹிந்து ஸநாதநிகள் திராவிட, தமிழ் அறிவுப் பாரம்பரியத்தைக் கபளீகரம் செய்து ஆரிய முத்திரையிட முற்பட்டதால் திராவிட, தமிழ் ஓர்மையை அயோத்திதாசர் நினைவூட்டியதைத் தொடர்ந்து தமிழ் இசையை ஆபிரகாம் பண்டிதரும், தமிழ்ச் சித்த மருத்து வத்தை ஆனந்தம் பண்டிதரும் மீட்டெடுத்தனர். இக்காலத்தில் பண்டிதை அலர்மேன்மங்கை திராவிடர், தமிழர்களுக்குப் பூர்வ காலத்தில் "திராவிட மதம்" இருந்தது என அறிவித்தார். தர்க்க ரீதியாகவும் ஆதாரங்களின் அடிப்படையிலும் "திராவிட மதம்" பூர்வீகத்தில் இருந்தது எனச் சொல்கிறார். இந்நூலில் அவர் மேற்கோள்காட்டும் ஆதாரங்கள் அவருக்குத் தமிழில் ஆழ்ந்த வாசிப்பு இருந்ததைக் காட்டுகிறது. அலர்மேன்மங்கை இந்நூலில் திராவிட மதத்துக்குத் திரும்ப வேண்டுமெனக் கூறுவதால், ஆரிய ஸநாதந ஹிந்து மதத்தின் ஜாதிய கொடுமையால் கிறிஸ்துவம், இசுலாம் ஆகிய மதங்களைத் தழுவுவதைத் தடுக்கும் எண்ணம் அவருக்கு இருந்தது எனலாம்.

ஜாதி, மதம் குறித்து ஆராய முற்படும் கல்விப் புலம் சார்ந் தோரும் பிறரும் ஆரிய ஸநாதந நூற்களையே ஆதாரங்களாகக் கொள்வது பொதுவான போக்கு. இதனால், சமத்துவக் கிடை நிலை ஐந்திணைச் சமூகங்களைச் சேர்ந்த திராவிடர்கள் தங்கள் வரலாற்றை ஆரிய ஹிந்து நால்வர்ண அசமத்துவ படிநிலையில் சல்லடையிட்டுத் தேடுகின்றனர். அலர்மேன்மங்கை, திராவிட இனக் குழுவின் வரலாற்றை, அடையாளத்தை ஆரியர்வழி அடையாளம் காணும் கண்ணோட்டத்துக்கு மாறாக, திராவிட, தமிழ் ஆதாரங்களிலிருந்து திராவிட மதத்தைத் தேடுகிறார். "ஒவ்வொன்றிற்கும் ஆரிய நூற் பிராமணங் காட்டியே இடர் படுகின்றார்கள். ஆகையால் மத விஷயத்தில் ஆரியர் செய்தவை யனைத்தும் திராவிடர்களுக்குப் பிரமாணமாகா" என்ற அவருடைய கூற்று திராவிடர்களை ஆரியர்வழி காண்பதை மறுப்பதைக் காட்டுகிறது. தாம் பயன்படுத்தும் பொருட்களுக்கான வார்த்தை வேற்று மொழிகளில் இருந்தால் அவற்றைத் தமக்கான பொருட்கள் இல்லை என்றும் வார்த்தைகள் தம் மொழியில் இருந்தால் அப்பொருட்கள் மற்றவர்களுக்கு அல்ல என வாதிக்கிறார். விக்கிரகம் என்ற பதம் தமிழருக்கு இல்லாதபோது விக்கிரக பூஜை திராவிடருக்கு எவ்வாறு வந்தது எனத் தர்க்க ரீதியாக அவர் எழுப்பும் வினாவை மறுக்க இயலாதுதான். திராவிடரின் வழிபாட்டில் சாமி சிலைகள் இல்லையென்பதைக் கால்டுவெல் கூறியுள்ளார்.[2] தெலுங்கு பேசும் மக்களிடையே 1913ஆம் ஆண்டு ஆய்வு செய்த எல்மோர், திராவிட தெய்வங்களையும் பார்ப்பன கடவுள் களையும் வேறுபடுத்துகிறார். திராவிடத் தெய்வங்கள் பெண் களாகவும் இதற்கு முரணாக ஹிந்து இறைவன்கள் ஆண்களாகவும் இருப்பதை எல்மோர் சுட்டுகிறார்.[3] சுருக்கமாகக் கூறுவதெனில் ஆரியரும் திராவிடரும் வெவ்வேறு மதங்களைச் சேர்ந்தோர் என அவர் தன் நூலில் நிறுவுகிறார். கேரளத்துப் பண்பாடு குறித்துப் பேசும் மாம்மென், திராவிடரின் சமூக அமைப்பும் மதமும் ஆரியரிலிருந்து வேறுபட்டது எனப் பேசுவது கவனத்துக் குரியது.[4] ஆய்வாளர்கள் மட்டுமன்றி மக்கட்தொகையைக் கணக் கெடுத்தோரும், பூர்வ குடிகளும் ஆரிய ஹிந்துக்களும் வெவ் வேறானவர்கள் என்பதைக் கண்டனர். பார்ப்பனிய சடங்குகளைச் செய்யவும் ஹிந்து கோயில்களிலும் அனுமதி மறுக்கப்பட்டதோடு

அவர்களின் அருகாமை தீட்டை விளைவிக்கும் எனக் கருதப்பட்ட மில்லியன் கணக்கான மக்களையும் ஹிந்து வகைமைக்குள் இணைப்பது குழப்பத்தை விளைவிப்பதாகப் புகார்கள் அடிக்கடி எழுந்தன என மக்கட்தொகைக் கணக்கெடுப்பு ஆணையர் கெயிட் குறிப்பிட்டார்.[5] இவை, ஆரியரும் திராவிடரும் வெவ்வேறு மதத்தைச் சேர்ந்தோர் என அக்காலத்தில் விவாதிக்கப்பட்டதைத் தெளிவாகக் காட்டுகின்றன. இச்சூழலில், நாம் திராவிடர், நம் மதம் திராவிட மதமென்னும் ஓர்மை இல்லாததால், அதாவது பூர்வீக திராவிட மதத்தை மறந்துவிட்டதால், அதை "ஞாபகப் படுத்த" இந்நூலை அலர்மேன்மங்கை எழுதினார்.

ஆரியரே ஹிந்துக்கள்

பிரித்தானிய ஏகாதிபத்தியம் நவீன முதலாளித்துவ அரசியல் பொருளாதார கட்டமைப்பை உருவாக்க, மன்னராட்சிக்கு உட்பட்டும் சுதந்திரமாகவும் வாழ்ந்த மக்களை ஜாதி, மத அடிப்படையில் வகைமைப்படுத்தியபோது இவை குறித்த அடையாள ஓர்மையும், தங்களைப் பிறரல்ல என மறுப்பதும், தாங்கள் பிறராவதும், பிறரைத் தாங்களென்று தமதாக்குவதும் நிகழ்ந்தன. ஆரிய ஹிந்து அடையாளத்தை மறுத்து திராவிட, தமிழ் ஓர்மையை ஏற்கனவே உசுப்பியவர்களின் வரிசையில் அலர்மேன்மங்கையும் "திராவிட மத ஓர்மையை" ஆரியரினும் திராவிடர் பலவழியிலும் சிறந்தார் என்றும், விவேகிகள் பலரும் விளம்புகின்றனர். அதை மறுபடியும் ஞாபகபடுத்துகிறேனேயன்றி வேறில்லை" எனக் கூறினார். இக்காலத்தில் "இந்து தேச சமயங்கள்" குறித்து கிறிஸ்துவ மாத இதழ் ஒன்றில் வெளியான தொடர் கட்டுரையின் ஒரு பகுதி ஹிந்து மதம் குறித்து பின்வருமாறு கூறுகிறது:- "இந்து சமயம் என்பதற்கு இந்து தேச சமயம் என்பதே பதப்பொருள். பஞ்சாப் வடமேற்கு மாகாணம், காஷ்மீர், பர்மா என்ற மாகாணங்கள் நீங்கலாக மற்றெல்லாவற்றிலும் இந்து சமயத்தவரே ஜாஸ்தி. இந்து சமயம் ஒரே தன்மையதான மார்க்கக் கொள்கையிலிருந்து பிறந்ததன்று. அது ஒரே அடியிலிருந்தாவது ஒரே வேரிலிருந்தாவது தோன்றின ஒரே ஆலவிருக்ஷம் போன்றதல்ல. ஓரிடத்தில் பெரிதும் சிறிதுமான நானாவகை மரங்கள் செடிகள் நிற்பதாகவும், நிற்கும் செடிகளில் சில ஒரே வேரிலிருந்து தோன்றியும், இன்னும்

சில தூரத்திலிருந்து கொண்டுவந்து நாட்டியும் உள்ளதாகவும், இவைகளெல்லாவற்றையும் தன் நிழலின் கீழ் அடக்கிக்கொண்ட ஓர் பெரிய ஆலவிருட்சம் இவற்றிற்கு மேலாக நிற்பதாகவும் பாவித்துக்கொண்டால், அப்பேர்பட்ட விருட்சத்திற்கே இந்து மார்க்கத்தை ஒப்பிடலாம். சர்வேசுவர வஸ்துவைக் கிட்டிச் சேர் வதற்கு அரபிக்கடலுக்கும் வங்காளகுடாவுக்கும், இமாலய மலைக்கும் கன்னியாகுமரி முனைக்கும் மத்தியில் மானிடர் என் னென்ன வழிகளை ஏற்படுத்திக்கொண்டாளோ அவைகளனைத் திற்கும் இந்து மதம் என்ற பேர் வந்திருக்கிறதாகச் சொல்லலாம். கலைக்கான வித்வான்களும், முடிமன்னரும் ஆராதிக்கும் பெரிய பெரிய ஆலயங்களும் சாதாரண ஜனங்கள் மூடத்தனமாய்க் கூட்டிவைத்து குங்குமப் பொட்டிட்டு மலர்தூவி நமஸ்கரிக்கும் ஒருபிடி களிமண்ணும், எவனோ ஒருவன் ஆவேசம் நிற்பதாகப் பாவித்து வழியருகே இரண்டு கல் சேர்த்துத் தீபம் ஏற்றி அர்ச்சனை செய்யும் சமாதியும் எல்லாம் இந்து சமயத்துக்குள்ளே சேர்ந்ததே. இவற்றில் எதைக் கையாடுகிறவனும் இந்து சமயத்தவனே."[6] வகை வகையான, வேறுபட்ட, முரண்பட்ட வழிபாட்டு முறை களை, அதாவது பிறரைத் 'தமதாக்கி' பெயர் சூட்டப்பட்டதே ஹிந்து மதம் என மேற்குறிப்பிட்டக் கூற்று கூறுகிறது. கிறிஸ்துவ இதழின் இக்கூற்றை சைவ இதழ் ஒன்றும், "இந்த இந்து மதமும் ஒரு மதமல்ல. வேதத்தை யங்கீகரித்த நூற்றுக்கணக்கான மதங்கள் பொதுவாக இந்து மதமென்று சொல்லப்படும். இத்தேசத்திற்குப் பாரதகண்டம், ஆர்யாவர்த்தம் என்பன பூர்வீகப் பெயர்கள். இந்த இந்து மதத்தின் ஒரு பகுதியாயிருப்பது நமது சைவ சமயமாகும்" எனக் கூறுகிறது.[7]

வேதத்தை அங்கீகரித்ததாகக் கூறிய சைவம் அதை மறுக்க வேண்டி நிலையும் உருவானது. "இப்போது எவ்விடத்தும் வரு ணாச்சிரம வொழுக்கங்கள் விஷயமாக வாதங்கள் நடக்கின்றன. இவ்வாதத்தில் சைவ சமயிகளுள்ளும் சிலர் தலையிட்டுக் கொள்ளுகிறார்கள். இவர்களுள் ஒரு சாரார் சமய ஒழுக்கங் களும் வருணாச்சிரம ஒழுக்கங்களும் பிரிக்கப்படாமல் பின்னிக் கிடத்தலால் சைவர்கள் கட்டாயமாய் வருணாச்சிரம ஒழுக்கங் களை அநுட்டித்தல் வேண்டும் என்கிறார்கள். மற்றொரு சாரார் வருணாச்சிரம வித்தியாசங்களைப் பாராட்டுவதனால் சைவ

சமயம் குன்றிவிடுகின்றது; ஆதலினால், சைவ சமயம் குன்றாமல் அபிவிருத்திருத்தியடைய வேண்டுமாயின் வருணாச்சிரம வித்தி யாசங்களைப் பாராட்டலாகாது என்கிறார்கள்"⁸ என்ற கூற்று ஆர்ய ஸநாதநத்தை மறுக்க வேண்டிய நிலை சைவத்துக்கு ஏற்பட்டதைக் காட்டுகிறது. பாளையங்கோட்டை சைவ சபையாரும் "திராவிட மதம் என்னும் விஷயத்தை எனக்குக் கொடுத்து எழுதச் சொன்ன படியால்" எழுதியதாக அலர்மேன்மங்கை கூறுவதை சைவ இதழின் கூற்றோடு ஒப்பிட்டால் சைவரும் ஆரிய ஸநாதநத்தி லிருந்து தங்களை விலக்கிக்கொள்ள முற்பட்டதற்கு திராவிட ஓர்மையும் காரணமென விளங்கிக் கொள்ள முடிகிறது. திராவிடர் களுக்கு நேர்மாறாக ஆரியர்களிடம் ஆரிய ஓர்மை மேலும் வலுப்பெற்றது.

விலக்ஷணானந்தா, "இந்த நாட்டில் பல பிரிவுகளான மதங் களிருப்பினும் பொதுவாக நோக்குங்கால் ஹிந்துமதம் என்று பெயர். இந்தப் பெயரும் கூடிய காலத்தில் ஏற்பட்டதாகும்" என்கிறார்.⁹ நா. ஸாம்பசிவ சாஸ்திரி, "பரதகண்டம்" இவ் இந்தியாவில் மிகப் பழமையாக வழங்கி வருகின்றதும் நமது வேதம், ஆகமம், சாஸ்திரம், ஸ்மிருதி, புராணம், முதலியவற்றை ஆதாரமாகக் கொண்டதுமான அத்வைதம், த்வைதம், சைவம், வைஷ்ணவம் முதலிய மதங்களுக்குப் பொதுவாகத் தற்காலம் "ஹிந்து மதம்" என்ற ஒரு பெயர் வழங்கி வருகிறது. அதற்கு 'வைதிக மதம்" என்பது பழமையான பெயர்" என்கிறார்.¹⁰ மேற்குறிப் பிட்ட இருவரின் கூற்றும் ஹிந்து மதம் என்பது பிரித்தானிய காலத்தில் ஏற்பட்ட வகைமை என்பதைத் தெளிவாக்குகிறது. ஹிந்து மதம் என்றால் என்ன? ஹிந்துக்கள் என்பவர் யாவர்? என்பது குறித்து ஸாம்பசிவ சாஸ்திரியின் பின்வரும் கூற்று கவனிக்கத்தக்கது: "முன் ஒரு காலத்தில் ஆர்யர்கள், இந்தியாவி லுள்ள அனைவருமே வேதத்தைப் பிரமாணமாகக் கொள்ள வேண்டு மென்று முயன்றனர். அப்படியே அனேகமாய் அக்காலத்தில் இந்தியர் அனைவரும் ஆர்யர் கொண்ட கொள்கைகளையே பின்பற்றுகின்றனர். அப்போது மேல்நாடுகளினின்றும் இங்குவந்த சிலர், பெரும்பாலும் ஸிந்து நதிக்கரைகளிலியே வஸித்துவந்த ஆர்யர்களை ஸிந்து என்ற பெயரால் அழைக்கலாயினர். அது மேல்நாட்டரது ஒலிப்பில் "ஹிண்டு" என்று வழுவியது. பிறகு

அவர்களே இத்தேசத்தின் ஆளுகை ஏற்றபோது இராஜாங்கத்தில் இயற்றிய பல சட்டத்திட்டங்களிலும் வ்யவகாரங்களிலும் ஆரியர் களையும் அவர்களைப் பின்பற்றிய மற்றவர்களையும் ஹிண்டு என்ற பதத்தினாலேயே குறிப்பிட்டு முற்றிலும் வழங்கலாயினர். அவ்வாறு பெரும்பான்மையான நெடுங்கால வழக்கத்தால், வேதப் பிரமாணிகள் யாவரும் தாமறியாது முன்னோரிட்ட ஒரு பெயராக அதனையேற்று தாமும் தம்மை ஹிண்டு என்ற பட்டாதாரிகளாக பாவித்து அவ்விதமே கூறிக்கொள்ளும் வழக் கத்தை வலுப்படுத்தினர். ஹிண்டு என்பது, இந்திய பாஷை யினர் உச்சரிப்பில் "ஹிந்து" என்று திரியலாயிற்று.[11] மேலும், "இந்தியாவில் தற்காலம் புத்தர், மகம்மதியர், கிரிஸ்துவர் என்ற பிரிவினர்களைத் தவிர மற்றவர் யாவரும் ஹிந்துக்கள் என்றே கூறப்படுவர். அவர்கள் இப்போது சைவம், வைஷ்ணவம், த்வைதம், அத்வைதம் என்ற நான்கு மதங்களில் அடங்கியவ ராவர்".[12] "முற்கூறிய நான்கு மதங்களுக்கும் பிராமண நூல் வேதமேயாகையால் அவற்றிற்கு பொதுப்பெயராக ஹிந்து என்ப தற்குப் பதிலாய் வைதிக மதம் என்று பெயரிட்டு அழைப்பதே சாலப்பொறுத்தமாகும். அதுவே ஹிந்து மதத்திற்கு நம் முன்னோர் கருதியளித்த புண்ய புராதனமான திருநாமம் என்ற முடி சூடும் மகுடமாகும். அது ஆஸ்திகமதம், வேதாந்தமதம் என்ற பெயர் களாலும் அழைக்கப்பெறும்" எனக் கூறுகிறார்.[13] ஆகவே, ஹிந்து மதம் என்பது ஆரியர்களைக் குறிக்கும் என்பதையும் அவர்கள் தங்களை ஹிந்து என அழைப்பதைவிட வேத மதத்தினர் என அழைக்க விரும்பியது மிகத் தெளிவு.

திராவிடரின் ஆவேசயாட்டம்

நிலையாகக் கட்டப்பட்ட கோயில்களில் ஆரியர்களின் வழி பாடும், களிமண் பூடத்தில் நிகழ்த்தப்படும் ஆவேச ஆட்டமும் அடிப்படையில் வெவ்வேறானவை மட்டுமல்ல அவை முரண் பட்டவையுங்கூட. முன்னதை ஆரிய ஹிந்து ஜாதி ஸநாதந கட்டமைப்பின் உச்சியிலும் அரசியல், சமூக அதிகாரத்திலும் இருக்கின்ற உழைப்பில் ஈடுபடாதவர்கள் வழிபடுகின்றனர். பின்னதை உடலுழைப்பிலும் உற்பத்தியிலும் ஈடுபடும் பழங் குடியின, ஆதிதிராவிட, திராவிட மக்கள் ஆடுகின்றனர். இவை,

இவர்கள் முரண்பட்ட வணக்க முறைகளைப் பின்பற்றுவதைத் தெளிவாகக் காட்டுகின்றன. இதை, மேற்குறிப்பிட்ட கிறிஸ்துவ இதழின் தொடர் கட்டுரையின் ஒரு பகுதி, திட்டமாய்ச் சொன்னால், இந்துக்களுக்கும், சுயமான ஆவேச வணக்கக்காரருக்கும் பேதம் என்னவென்றால்: "பிராமணர்களுடைய தலைமையை அங்கீகரித்துக்கொண்டு ஜாதிக் கட்டுபாட்டுக்கு அமைந்தவர்கள் இந்துக்கள் என்றும் இவற்றை ஒப்புக்கொள்ளாதவர்கள் ஆவேச பக்திக்காரர் என்றும் சொல்லத்தகும்" எனத் தெளிவாகக் கூறுகிறது.[14] ஆரிய ஹிந்துக்களுக்கும் ஆவேச வணக்கத் திராவிடர்களுக்கும் இடையே வேறுபாடு இருப்பதை ஹிந்துக்களின் மாத இதழ் பின்வருமாறு பதிவுசெய்துள்ளது: "திருநெல்வேலி ஜில்லா திருச்செந்தூர் தாலுகா தென்திருபேரை கிராமத்திற்கு வடக்கும் பெருங்குளம், மங்கலக்குறிச்சி கிராமங்களுக்கும் தெற்கேயுள்ள தாம்பிரபர்ணி நதியின் தென்கரையில் குரங்கணி முத்துமாலையம்மன் கோவில் ஒன்றிருக்கிறது. அந்தக் கோவிலில் பிரதி வருஷமும் ஆனி மாதம் கடைசி செவ்வாய்க் கிழமையில் கொடை வழக்கமாக நடந்துவருகிறது. அதுபோல சென்ற 13-7-1915 செவ்வாய் கிழமையன்று நடந்த கொடையிலும் பல ஊர்களிலிருந்து ஏராளமான வண்டிகளும் ஆயிரக்கணக்கான ஜனங்களும் வந்து பொங்கல் முதலியது நடத்தி கிடாய்களைப் பலி கொடுத்தார்கள். அந்த ஆட்டுக்கிடாய்கள் சுமார் 15000 இருக்கலாம். இம்மாதிரி ஒரே காலத்தில் அனாவசியமாக இப்பெரும் ஜீவ வதை ஏற்படுவதும் ஓர் பரிதாபமே. செவ்வாய்க்கிழமையன்று சுமார் 400 ரூபாய் வரை செலவு செய்து வாணவேடிக்கைகளும் அலங்காரமான பந்தல்களும் போட்டிருந்தார்கள். இதைத் தவிர வேறுவிதமான செலவுகளிருப்பதாகத் தெரியவில்லை. எக்காலமும் வெள்ளியும் செவ்வாயும் பூஜை செய்வதைத் தவிர மற்ற நாள்களில் பூஜையுமில்லையாம். அந்த பூஜைக்கு சாம்பிராணி சூடனைத் தவிர நைவேத்திய முதலிய யாதொரு செலவும் கிடையாதாம்."[15] பொதுவாகவே, முத்துமாலை அம்மன், சுடலை மாடன் உட்பட அலர்மேன்மங்கைக் குறிப்பிடும் ஐயனார், மதுரை வீரன், கருப்பண்ணன், மாரி, வீரி, பிடாரி, காட்டேரி போன்ற தெய்வங்களுக்கு நிரந்தர கட்டடமும் கோயிலும் உருவாக்கவில்லை. கோடையில் நிகழ்த்தும் கொடை விழாக்

காலங்களில் களி மண்ணால் கூம்பு வடிவில் பூமிக்கு மேல் கட்டுவர். இதைப் பூடம் என அழைப்பர். அது வெயிலில் காய்ந்தும் மழையில் கரைந்தும் மண்ணோடு மண்ணாகும். நிரந்தர கட்டடமும் கோயிலும் கடவுள் உருவமும் இல்லாத நிலை இக்காலத்திலும் இருக்கிறது. "விக்கிரகம் என்னும் பதமே தமிழிற் கிடையாது. அப்படியிருக்க திராவிடனுக்கு விக்கிரக பூஜை எப்படி வந்தது? ஆதலின், விக்கிரகாராதனை பிற்காலத்தென்பதிற் சந்தேகமில்லை" எனக் கூறும் அலர்மேன்மங்கை திராவிட மதத்தில் மனித வடிவங்களைப் போன்ற விக்கிரகங்கள் இல்லை என முன்வைக்கும் வாதத்தை மறுக்க இயலாது. மேலும், "உண்மையான திராவிடனுக்கு ஆலயமுமில்லை. கடவுள் வசிக்கு மிடங்களென வெவ்வேறு இடங்களுமில்லை" எனக் கூறும் அவர், "ஈசுவரன் வாசஞ்செய்வது அவரவர்களின் மனமேயன்றி வேறில்லை" எனக் கூறுகிறார். அதேசமயம், "பழந்தமிழ்க் குடிகளிலே வீராராதனை யென்பதுமுண்டு. அதாவது, ஆத்மப் பரித்தியாகஞ் செய்யும் வீரருக்கு "வீரக்கல்" நடுதலும் அக்கல்லுக்குக் கோயிலும், மதிலும் மற்றச் சீரும் சிறப்புகளும் செய்தலும் மலரும் மதுவும் வைத்துப் படைத்து உற்சவங்க கொண்டாடிக் கழித்தலும் பத்தினி, தேவியாருக்கு ஞாபகார்த்த மண்டபம் சமைத்தலும் அன்னோரைப் பத்தினிக் கடவுளென வணங்குதலும், பழந்தமிழர் ஐதீகமே. எனினும், இது முற்றிலும் ஈசுவர ஆராதனையைக் குறிக்காது" எனக் கூறும் அவர், "ஐயனார், மதுரை வீரன், கருப் பண்ணன், மாரி, வீரி, பிடாரி, காட்டேரி முதலிய துஷ்ட தேவி களும், தேவர்களுமே திராவிட தெய்வங்களென்றும், பூர்வீக திராவிட மதமும் ஆசாரமும் இத்தன்மையது தானென்றும், கற்றறிந்த விவேகிகளும் சொல்லும்படியான சரித்திர ஞான சூன்யத்திலேயே திராவிட தேசம் வந்துள்ளது!" என்கிறார். இந்நிலைப்பாட்டுக்குக் காரணம், அலர்மேன்மங்கையின் "முழு முதற் பெருங் கடவுளைக் காணவுங் கருதவுங்கூடாத முதல்வன்" என்ற எண்ணம் எனலாம்.

ஜாதியற்ற திராவிடம்

இந்திய ஒன்றிய வரலாற்றில், மனிதனை மனிதன் வெறுத்து, பாகுபாடாய் நடத்தும் ஆர்ய ஸநாதந படிநிலை ஜாதிய

கட்டமைப்புக்கு எதிரான போராட்டத்தில் புதிய புதிய மதங்கள் தோன்றின. சீக்கிய மதம் "ஆதியில் இந்து சமயத்திலுள்ள ஜாதி பேதத்திற்கும் விக்கிராதாரனைக்கும் விரோதமாக இச்சமயம் ஏற்படுத்தப்பட்டது. சீக்கியர் ஒரே தேவனை வழிபடுவர். பல தேவர்களைப் பூசிப்பது தவறு என்பது அவரது கோட்பாடு. சீக்கியர் சமயம் விக்கிரகாராதனை, ஸ்தல யாத்திரை, சகுனம் பார்த்தல், மந்திரித்தல், முதலியன தப்பிதம் என்று அவற்றைக் கண்டனம் செய்கிறது. ஜாதி பேதமுண்டென்றாவது, பிராமணர் மற்றவரை விட மேலானோர் என்றாவது, பிறப்பு இறப்புகளில் செய்ய வேண்டிய சடங்காசாரங்களை அனுசரியாததால் தீட்டு உண்டென் றாவது சீக்கியர் சமயத்தில் ஏற்படவில்லை" என மதம் குறித்த தொடர்க் கட்டுரை குறிப்பிடுகிறது.[16] சமண சமயம் பிராமணர் களது குரு தந்திரங்களையும் வீண் நைவேத்தியானுஷ்டங்களையும் எதிர்த்து இவ்விந்தியாவின்கண் பூர்வத்தில் தோன்றிய மதங்களில் சமண சமயம் ஒன்று.[17] மேற்குறிப்பிட்ட கட்டுரையில், "புத்த சமயத்தை ஸ்தாபித்தவன் கௌதம முனி. இந்து மதத்தில் பிரா மணர் ஏற்படுத்திய நானாவித நைவேத்திய அனுஷ்டானங்களை வெறுத்துத் தள்ளி சீர்திருத்தம் உண்டாக்குவதற்கு ஏற்பட்ட முயற்சிகளில் இதுவுமொன்று"[18] எனக் கூறுவதானது, பௌத்தம் ஜாதிக்கு எதிரானது என்பதை விளக்கத் தேவையில்லை. ஜாதி சமய ஏற்பாடுகளும், ஆசாரங்களும், புதிதாய் வந்த ஆரியரால் ஏற்பட்டதால் இது நாட்டில் பெருங் குழப்பமும் வாதப் பிரதி வாதங்களும் ஏற்பட்டதால் புத்தர் தோன்றியதாகக் கூறும் அலர்மேன்மங்கை, அவரைத் திராவிடரா? ஆரியரா? எனத் தெரிய வில்லை எனினும், அவர், "கௌதமர் ஆரிய மதத்திற்கு விரோதியென்பதற் கையமில்லை. எங்ஙனமாயினுமாகுக. கௌதமர் திராவிட தேசத்திற் பிறந்தவரென்பதக் கையமில்லை" என்கிறார். அவர், திராவிடரையும் பௌத்தத்தையும் இணக்க நிலையில் காண்கிறார். பௌத்தம் ஜாதி சமயத்துக்கு எதிரானது எனக் காணும் அலர்மேன்மங்கை, "ஜாதி சமய பேதங்களுக்கும் சண்டை சச்சரவுகளுக்கும் இடமன்றி யாவரும் அபேதமாய்க் கூடி வாழக்கூடிய சமயமெதுவோ அதுவே திராவிட சமயம்" என்கிறார். ஜாதிய கட்டமைப்பின் அடித்தளத்தில் ஒன்றான அகமண முறையைத் திராவிடர்களுக்கு உரியது அல்ல என

வாதிக்கும் அலர்மேன்மங்கை புறமணமே வழக்கத்திலிருந்தது என வாதிக்கிறார். "பழைய காலத்துத் திராவிடர்களுக்குள் தங்கள் பூர்வீக மதத்திற்கேற்றபடியே எவர்களோடும் பேதமின்றி உண்டும் பெண்களைக் கொண்டுங் கொடுத்தும் சர்வதேச சகோதர வாச்சல்யங் காட்டியும், ஒரே கடவுளை வணங்கியும், மனச் சான்றுக்கு விரோதமின்றி" வாழ்ந்ததாகக் கூறுகிறார். "மனுநீதிக்கு முன்னமே திராவிட தேசத்தில் பெண்களை யெங்கும் கொண்டும் கொடுத்தும் வருகிற வழக்கம் இருந்திருக்க வேண்டும்" என்ற ஊகத்தை முன்வைத்து, "திராவிட தேசத்தில் ஓர் ஜாதி உயர்ந்தது மற்றொரு ஜாதி தாழ்ந்த தென்று இல்லாதிருந்தபடியினாற்றான், அர்ச்சுனன் பாண்டிய நாட்டுப் பெண்ணைக் கொண்டதற்கும், சீவகன் பல சாதி மாதரை மணந்ததற்கும் ஏதுவாயிற்று" எனத் தான் முன்வைத்த ஊகத்தை தர்க்க ரீதியாக நிறுவ முற்படுகிறார். மேலும், "பூர்வம் திராவிடர் தங்கள் தேசத்தில் மணஞ்செய்து கொண்டது பொய்யெனில், திருக்கிறளில் களவியில் என்னும் காமத்துப் பாலில் பொதுவாய் ஸ்திரீகள் புருஷர்களைத் தெரிந்து கொள்ளும்படியாய்ச் சொல்லியிருப்பது பயனின்றியதாய் முடியும்" என்கிறார். ஆக, ஜாதி சமய பேதமென்பது ஆரியரின் பண்பாடு; ஜாதிசமய பேதமற்ற சகதோரத்துவம் திராவிடர் பண்பாடு என அலர்மேன்மங்கை நிறுவுகிறார்.

வரலாறும் வரையறையும்

அலர்மேன்மங்கை முன்வைத்திருக்கும் ஆரியருக்கும் திராவிட ருக்கும் இடையேயான அடிப்படை வேற்றுமைகள் வழி திரா விட மதத்தின் வரலாற்றையும் வரையறையையும் காணலாம். ஆரியர்கள் தென்னாட்டுக்கு வருவதற்கு முன்னர் மதமென்பதே கிடையாதெனில் அது முற்றிலும் தர்க்கத்திற்குப் பொருந்தி வராதென்பது நிச்சயம். இம்மதத்திற்கு ஆதாரம் இல்லை என்றால் எம்மதந்தான் முற்றிலும் சந்தேகத்துக்கு இடமற்று தக்க ஆதாரத்தோடு இருக்கிறது என அவர் வினவுகிறார். திராவிட மதம் இருந்ததைச் சங்க இலக்கியங்கள் வாயிலாகவும் தர்க்க ரீதியாகவும் முன்வைக்கிறார். "பூர்வீகத் தமிழ் மதத்திற்கு தொல் காப்பியமும் மத்திய காலத்திற்குத் திருக்குறள் முதலியவைகளும் சிறந்த பிராமணங்களாக" இருந்ததாகக் குறிப்பிடுகிறார். இத்

தேசத்தின் சரித்திரமும் மதத்தின் வரலாறும் "ஓர் விதத்தில்" இல்லை எனக் கூறும் அவர், இந்திய ஒன்றியத்தின் மத வரலாற்றைக் காலவரிசைப்படி, திராவிடம், பௌத்தம், சமணம், சைவம், வைஷ்ணவம், வைதீகம் என மதங்கள் இருந்ததைக் கூறுகிறார். "பூர்வீக திராவிடர்களைப் பின்பற்றியே பௌத்தர், சமணர் முதலிய பற்பல சமயத்தார்களும் காட்சியிலுள்ளது இவ்வுலக மொன்றெ, ஆதலால் நமக்கு நரகமும், நரகாக்கினியும், எம படர்களும் ஏவுதற் கர்த்தாக்களும் நம் மனத்தைவிட்டு வேறெவ் விடத்திலேயோ யிருந்து இம்சிப்பதாய் நினைத்து பீதிகொள்வ தில்லை" என்ற அலர்மேன்மங்கையின் கூற்று, பௌத்தர், சமணர் உட்பட பிற மதத்தாருக்கும் இருக்கின்ற இவ்வுலகைப் பற்றிய பொருளியல் சிந்தனை பூர்வீகத் திராவிட மதத்திலிருந்து பரிண மித்தது என்கிறார். அதேசமயம், பௌத்தம் உட்பட பிற மதங்களை நிறுவியவர்களும் உலகெங்கும் பரவச் செய்தவர்களும் திராவிடர்களே என்கிறார். பௌத்தம் குறித்த அயோத்திதாசரின் சிந்தனையின் தாக்கம் அலர்மேன்மங்கையிடம் காணமுடிகிறது. அலர்மேன்மங்கை கூறும் மதங்களின் வரலாற்றை மறுக்க இயலாது ஏனென்றால், இவரைப் போல்தான், மதங்களின் வரலாற்றை வரலாற்றறிஞர்களும் எழுதினர். இதுதான் மாண வர்களுக்கும் கற்பிக்கப்படுகிறது. ஆகவே, இந்திய ஒன்றியத்தில் வசிக்கும் மக்களில் கிறிஸ்தவர், இசுலாமியர், சீக்கியர், பௌத்தர் போன்றோர் அல்லாதோர் தங்களை ஹிந்துக்கள் என உணர்தலையும் அவர்களைப் பிறர் அவ்வாறே காண்பதையும் மறுத்து அவர்கள் பூர்வீக திராவிட மதத்தைச் சேர்ந்தோர் என்ற வரலாற்றை இந்நூலில் நினைவூட்டுகிறார் அலர்மேன்மங்கை. இந்திய ஒன்றியம் உருவாவதற்கு முந்தைய காலங்களின் மதங் களின் வரலாற்றை முற்பகுதியில் குறிப்பிட்ட கிறிஸ்துவ இதழ் தொடர்ந்து வெளியிட்டவற்றை இந்நூலில் தொகுக்கப்பட் டுள்ளன. இவை மதங்களின் வரலாற்றைத் தெளிவாக விளங்கிக் கொள்ள துணைபுரியும்.

மனுஸ்மிருதி, பாரத இராமாயணாதி, இதிகாச புராணங்கள், ஜோதிடம், சுர்வேதம் முதலிய நூல்கள் வஞ்சனையாகவும் ஒருதலைச் சார்பாகவும் ஆரியருக்கு ஆதரவாகவும் எழுதியுள்ளனர் எனக் குறிப்பிடும் அலர்மேன்மங்கை, ஆரியர்களின் ரிக் முதலிய

ஆரிய நூல்களில் திராவிடர்களைத் தாசர்களென்று இழிவுபடுத்தி எழுதியுள்ளதாகக் கூறுகிறார். அதாவது, ஆரியரின் எழுத்துகள் சுயஜாதிப் பற்றோடும் ஆரியரல்லாதோர் மீது வெறுப்பையும் கக்குகிறது; ஆரியர்கள் நன்மை தரும் நூற்களை எழுதவில்லை என்பதாகும். இதற்கு நேர்மாறாக, திராவிடர்கள் எழுதிய நூற் களில் ஒன்றில்கூட ஒருவரை நல்ல நிலையிலும் மற்றவரை தாழ் நிலையில் இருக்க வேண்டுமென்பது திராவிடரது கருத்தாக இல்லை. திராவிடர்கள் சுயநலமாய் எழுதவில்லை; பிறரை விலக்கி வைக்கவுமில்லை. அந்நூல்கள் பொது மக்களுக்கு உபயோகமாக எழுதப்பட்டுள்ளது என்பதை, "இதுகாறும் ஜீவித்து வரும் ஆரியர்களைப் போல் இத்தேசத்தின் பூர்வ குடிகளாகிய திராவிடர்கள், மறந்தும் சுயநலம் கோரி ஓர் ஜாதி சமயப் பற்று களை விசேஷித்துக் கூறும் நூல்களை இயற்றாது பொதுஜன பிரயோஜனார்த்தமாகப் பாடுபட்டு நீதி சாஸ்திரம், தர்க்க சாஸ்திரம், சங்கீத சாஸ்திரம், தாவர வர்க்க சாஸ்திரம் முதலிய நல்ல பயனுள்ள சாஸ்திரங்களை மட்டும் விரித்தெழுதி சுதேசத்திற்கு நன்மை செய்துள்ளபடியால் ஆரியரினும் இத்தேசப் பூர்வ குடிகளாயுள்ள திராவிடர்களே நாகரிகமுடையவர்களென்பதற் கையமில்லை" என அலர்மேன்மங்கை விளக்குகிறார். இக்கூற்று, பொது சிந்தனையும் நன்மை செய்வதும் இவை இல்லாததும் என்ற அளவுகோளின் அடிப்படையில் நாகரிகத்தை வரையறுத்து ஆரியரிடம் பொது சிந்தனை இல்லாததால் அவர்களை அநாகரிகர் என்கிறார்.

அலர்மேன்மங்கையின் கூற்றுப்படி, திராவிட மதம் அல்லது தமிழ் மதம் என்பது திராவிடரது ஆதிகால நடையுடை பாவ னைகள். இதற்கு ஆலயமும் விக்கிரக வழிபாடும் இல்லை. பிரம்மா, விஷ்ணு, உருத்திரன், இந்திராதி தேவர்களெல்லாம் ஆரியர் வணங்கும் தேவர்கள். தமிழில் எங்கும் நிறைந்த பரம் பொருளுக்குக் கடவுள், இறைவன், ஐயன், ஆண்டவன், முதல்வன் என்றும் பெயர். திராவிட மதத்தினருக்கு நல்லொழுக்கமும் அருட்குணமும் முக்கியம். உண்மையான திராவிடனுக்கு ஆலய முமில்லை கடவுள் வசிக்கு மிடங்களென வெவ்வேறு இடங்களு மில்லை. கடவுள் அவரவர் மனங்களில் இருக்கிறார். நிலையான நட்பு, நன்றியறிதல், பணிவு, அன்பு, பக்தி, வைராக்கியம்

முதலிய தெய்வீகக் கடமைகளாகிய நல்ல வாசனையுள்ள பல புஷ்பங்களினால் அலங்கரித்து இருதயக் கோயிலை எந்நாளுங் கெடாமல் பரிசுத்தமாய் வைத்துக்கொள்ள வேண்டியது திராவி டரின் முதற்கடமை எனக் கூறுகிறார். அதே சமயம் வீரக்கல் வழிபாடு இருப்பதைக் கூறும் அவர் இது கடவுள் வழிபாடு அல்ல எனக் குறிப்பிடுகிறார்.

ஆரியர்களின் வைதீகம் மோக்ஷம், நரகம் என்ற பெயர்களில் ஆதிதிராவிடர், திராவிடர்களின் உலகியல் வாழ்க்கையை மறுக் கிறது. இதைப் "பல ஹிந்து மேற்குலத்தார்கள் பஞ்சமர்களை லௌகீக காரியங்களில் உயர்த்தியதைக் கேட்டு வருத்தமடை கிறார்கள்" என்ற விலக்ஷணானந்தரின் கூற்று ஒப்புக்கொள்கிறது.[19] மோக்ஷம், நரகம், வைகுண்டம், கைலாசம் ஆகியன திராவிட ருக்கு இல்லை என்று கூறி, "திராவிடர்கள் ஆரியரின் கற்பனா அலங்கார கிரந்தங்களையும் போதனைகளையும் பின்பற்றி வாழ் நாள் முழுவதும் வீணேபோக்கி விபரீத மதவிசாரணையிலிறங்க இகலோக சுகத்தை முற்றிலும் வெறுக்காமல் நாம் பரிசுத்த லௌகீகர்களாயிருக்க முயல வேண்டும்" என்றார் அலர்மேன் மங்கை. திராவிட மதத்தில், மோக்ஷம் நரகத்துக்குப் பதிலாக நன்மையும் தீமையும் ஒழுக்கமும் எதார்த்தமும் உண்டு. சொர்க்கம் இவ்வுலகிலேயே இருக்கிறது. இம்மதம் ஜாதி, சமய பேதம் பாராட்டுவதில்லை. நன்மை புரிவதே திராவிட மதம். நன்மையாளர் வசிக்கும் இடங்களே நாம் செல்லத்தக்க ஆலயம். நன்மையே நாம் தொழும் தெய்வம். இப்பிறவியில் நம்மாலியன்ற நன்மைகளைச் செய்வதும் தீமைகளை ஒழித்து மனசாட்சிக்கு சிறிதும் விரோதமன்றி எதார்த்தமாய் நடப்பதே திராவிட மதம். திராவிடர்களில் பூர்வத்தில் ஜாதிபேதமில்லை ஆகையால் திராவிட மதம் ஜாதிசமய பேதமற்று அனைவரையும் ஒன்றிணைக்கும். ஒருவர் நன்னிலையிலும் மற்றொருவர் தாழ் நிலையிலும் இருக்க வேண்டுமென்பது திராவிடரின் கருத்து இல்லை. சர்வதேச சகோதரத்துவம் காட்டுவதே திராவிட மதம். "சரித்திரத்தின்படி உண்மைக்கு உடன்பாடான இயற்கை மதமாகிய திராவிட மதத்திற்குத் திரும்பவேண்டியது நியாமென்றே தோன்று கிறது" என்று அலர்மேன்மங்கையின் கூற்று பிற மதங்களுக்குச் சென்றோரைத் திரும்ப அழைத்தார் என்று கூறலாம். "பாளையங்

கோட்டை சைவ சபையார் "திராவிட மதம்" என்னும் விஷயத்தை எனக்குக் கொடுத்து எழுதச் சொன்னபடியால் யானும் மஹா சபையின்கண் மண் குதிரையை நம்பி ஆற்றிலிறங்குவார் போல் என் அற்ப அறிவினை ஆதாரம் பற்றி எழுதி வாசிக்கத் துணி தலுற்றேன்" என இந்நூலின் முன்னுரையில் கா. அலர்மேன்மங்கை அம்மாள் கூறுகிறார். ஆற்றில் இறங்கிய திராவிட மண்குதிரை கரையவில்லை திராவிட மதமாகக் கல்லாக நிற்கிறது!

அடிக்குறிப்புகள்

1. ராபர்ட் ஜி. இங்கல்சால், மொ.ர். எஸ். லட்சுமிரதன் பாரதி, *மதம் என்றால் என்ன?*, ஈரோடு: குடி அரசு பதிப்பகம், 1933.
2. As cited in K. Mammen, *Kerala Culture: Its Genesis and Early History,* Trivandrum: The City Press, 1942, p. 189.
3. Wilber Theodore Elmore, *Dravidian Gods in Modern Hinduism,* Madras: The Christian Literature Society, 1925, p. 10.
4. K. Mammen, *Kerala Culture: Its Genesis and Early History.*
5. As cited in Wilber Theodore Elmore, *Dravidian Gods in Modern Hinduism,* p. 4.
6. 'இந்து சமயங்கள்', *சத்தியதூதன்*, டிசம்பர், 1914, பக். 7.
7. *சைவம்,* பிப்ரவரி 1915, பக். 17 – 18.
8. *சைவம்,* மார்ச் 1915, பக். 51.
9. விலக்ஷணானந்த சுவாமிகள், *ஹிந்துமத ஸ்தாபனம்,* தூத்துக் குடி, 1925, பக். 8.
10. நா. ஸாம்பசிவ சாஸ்திரி, *ஹிந்து தர்ம விளக்கம்,* மதுரை: ஹிரிஸமய திவாகரம், 1932.
11. நா. ஸாம்பசிவ சாஸ்திரி, *ஹிந்து தர்ம விளக்கம்,* பக். 167 – 168.
12. மேலது, பக். 170.
13. மேலது, பக். 170 – 171.
14. 'இந்து சமயங்கள்', *சத்தியதூதன்,* செப்டம்பர், 1913, பக். 43.
15. *கான வித்யா ப்ரகாசினி,* ஆகஸ்ட், 1915.
16. 'இந்து சமயங்கள்', *சத்தியதூதன்,* ஜூன், 1913, பக். 30.
17. மேலது, மே, 1913, பக். 27.
18. மேலது, செப்டம்பர், 1913, பக். 43.
19. விலக்ஷணானந்த சுவாமிகள், *ஹிந்துமத ஸ்தாபனம்,* தூத்துக் குடி, 1925, பக். 32.

உ

திருச்சிற்றம்பலம்.

திராவிடமதம்.

3-வது சைவ மஹா சங்கத்தில்

சென்னை பண்டிதை

ஸ்ரீமதி. கா. அலர்மேன்மங்கை அம்மாள் அவர்களால்

வாசிக்கப்பெற்றது.

பாளையங்கோட்டை

பெத்தாச்சிப்ரெஸ்

1914

திருச்சிற்றம்பலம்

திராவிட மதம் - அவையடக்கம்

கா. அலர்மேன்மங்கை அம்மாள்

ஒரு நூல் அறங்கேற்றுகையில் (அவை) சபையிலுள்ள புலவர்கள் ஆட்சேபஞ் செய்யாது அடங்கியிருக்கும் வண்ணம் அந்நூலைச் செய்தவர் அறங்கேற்ற ஆரம்பிக்கும்போது தங்களை இழித்துக் கூறும் கூற்றையே அவை + அடக்கம் ஆகக் கருதப் படுகின்றது. யானும் இவ்வுரையை எழுதவாரம்பிக்கும்போதே அவ்வழக்கத்தைப் பின்பற்றவேண்டியிருக்கின்றது. அன்றி மத விஷயமாய் நான் எழுதப்புகுவது பலருக்கும் இஷ்டமிராதெனவு மறிவேன். எழுதுவதற்கு முன்னர்தானே மதவிஷயமாய் ஒன்றும் எழுதப்படாதென்றும், எழுதுவதும் மிகக்கஷ்டமென்றும், கஷ்டப் பட்டெழுதினும் யாவரும் அதை அங்கீகரிப்பது அதனினும் கஷ்டமென்றும் திராவிட மதமென்பது சரித்திர காலத்திற்கு முற்பட்டதோர் விஷயமென்றும், சரித்திர ஆதாரங் கிடைக்கும் போது ஆரிய மதம் வேரூன்றிவிட்டதென்றும், கஷ்டமான இவ் விஷயத்தை எழுதுவதைப் பார்க்கினும் வேறு விஷயத்தைப் பற்றி எழுதலாமென்றும் என்னை அதைரியப்படுத்தினவரே அதிக மாவர். பாளையங்கோட்டை சைவ சபையார் "திராவிட மதம்" என்னும் விஷயத்தை எனக்குக் கொடுத்து எழுதச் சொன்னபடியால் யானும் மஹா சபையின்கண் மண் குதிரையை நம்பி ஆற்றி லிறங்குவார் போல என் அற்ப அறிவினை ஆதாரம் பற்றி எழுதி வாசிக்கத் துணிதலுற்றேன். திராவிட மதமென்றொன்று பூர்வீகத்திலிருந்ததென எப்படிச் சொல்வது என்றும் என்ன ஆதாரம் என்றும் நாமே இப்பொழுது விஸ்வாமித்திர சிருஷ்டி யைப்போலக் கற்பித்துவிடுவதா வென்றும் பலவாறு வினாவு வாருமுளர். அப்படியாயின் கற்பியாத மதம் உலகத்திலெதுவோ தெரியவில்லை. ஆரியர் தென்னாட்டிற்கு வருவதற்கு முன்னர் மதமென்பதே ஒன்றுங் கிடையாதெனில் அது முற்றிலும் தர்க்கத்

திற்குப் பொருந்தி வராதென்பது நிச்சயம். குற்றஞ்சொல்வோர் அவர்களே ஓர் விஷயத்தைப் பற்றி யாதொரு குற்றமின்றி எழுதப் புகின் அவற்றின் கஷ்டத்தை அவர்களே யுணரலாமென்று நினைக் கிறேன். மதமென்பதே திராவிடர்களுக்குக் கிடையாது என்றும் அது ஆரியரால் பிற்காலத்திலுண்டானது என்றும் வாதிப்போர் அவ்வாரிய மதத்தையே அனுசரிக்கலாம். தடுப்பாரொருவரு மிலர். ஆனால் எம் போன்றோர் விசாரிப்பதற்குச் சுதந்தரமுள்ளவர் களாகையால் நிர்ப்பயமாய் ஒன்றை விசாரித்தே தீருவர். திராவிட ஸ்தாபகத்திற்கு ஆதாரங் கிடைத்தமட்டும் எழுதினேன். கிடை யாதவற்றிக்குச் சிற்சிலவிடங்களில் யூகை செய்தும் எழுதினேன். யூகையும் அனுமானமுங் கூடாதெனில் அன்னோருக்குச் சமா தானஞ் சொல்ல முடியாது. எம்மதந்தான் முற்றும் சந்தேக விபரீதமின்றித் தக்க ஆதாரத்தோடு நிற்கிறது?[1] ஒன்றுமேயில்லை. நமது தேச சரித்திரமும், மத சரித்திரமும் ஓர் விதத்திலில்லை. பற்பல அபிப்பிராயமுள்ள ஜனங்கள் யாவருமே கிராடங்கமாய் ஒப்புக்கொள்ளும்படி சரித்திர வாதாரத்தோடு எழுத எவராலும் முடியாது. அன்றி திராவிட மதம் அல்லது தமிழ் தமிழ் என்பது திராவிடரது கொள்ளை அதாவது அவர்களது ஆதிகால நடையுடை பாவனைகளைக் குறிக்குமே யன்றி வேறில்லை. "இமிழ்கடல் வேலித் தமிழகம் விளங்க" என்று பதிற்றுப் பத்துப் பதிகத்தாலும், சிலப்பதிகாரம் மணிமேகலை முதலிய வேறு சில நூற்களின் திருஷ்டாந்தங்களாலும் தமிழ் நாட்டிற்கு முற்காலத்தில் "தமிழகம்" என்னும் தனிப்பெயர் வழங்கின தென்றும் தமிழ்நாடு மற்று நாடுகளோடு சேராத தென்றும் அங்ஙனமே தமிழ் தனக்குரிய "ழ" என்னும் சிறப்பெழுத்துப் பெற்றுத்தான் பிறிதொரு மொழிகளுட் பிறவாத தனிமொழியென்று காட்டுகிறதென்றும் ஆரியரினும் திரா விடர் பலவழியிலும் சிறந்தார் என்றும் அவர்கள் பழமையான நாகரீகத்திற்குப் பொருந்திய மதமொன்றிருந்த தென்றும் அம்மதம் ஆரியர் மதத்தினும் விசேஷித்த தென்றும் விவேகிகள் பலரும் வளம்புகின்றனர். அதை மறுபடியும் ஞாபகபடுத்துகிறேனேயன்றி வேறில்லை. ஆயினும், நெடுநாட் பழக்க வாசனையினால் பழையபடியே அனுசரித்துக்கொண்டிருப்பவர்களும் சமயாபிமானி களுக்குப் பயந்து மதவிஷயத்தில் புதிதாய் ஒன்றைச் சொல்ல அஞ்சுவோரும் அதிகமாயிருக்கின்றனர். இவர்கள் பயத்திற் கணு

குணமாக பழைய தமிழ் நூற்களும் அநேகமாய் அழிந்தும் மறைந்தும் வருகின்றன. இன்னுஞ் சிலகாலம் போயின் யாதா குமோ தெரியவில்லை. ஆயினும், தமிழ்ப்பழங் குடிகளின் நாகரீக முதிர்ச்சியை மட்டும் விரித்துச் சொல்ல அஞ்சுவதில்லை. இத்தகையோர் இத்தமிழகத்தில் ஆதிகாலத்திலிருந்த மதமென்ன என்பதை மட்டும் விவரித் தெழுத ஏன் துணிவதில்லையோ தெரியவில்லை. தமிழருக்கு மதமென்பதே ஒன்றுமில்லை யென் றாவது வெளியாக வேண்டும். நானோ போதுமான தமிழ் நூற் பயிற்சி பெற்றவளுமல்லேன். எனக்கு இவ்விஷயத்தைப் பற்றி நன்கு யோசித் தெழுத காலமுங் கிடைத்திலது. என் புல்லறி விற்குத் தோன்றியவாறு அவசரநிமித்தம் பிழைகள் பல நேரிடும் படி எழுதியுமுள்ளே னாகையால் பெரியோர்கள் என் பிழை களைப் பொறுத்து "எப்பொருள் யார் யார் வாய்க் கேட்பினு மப்பொருண் மெய்ப் பொருள காண்பதறிது" என்றபடி நான் சொல்வதிலுள்ள உண்மைப் பொருளை மட்டும் நீரைப் பிரித்துப் பாலையுண்ணும் அன்னம்போல ஆராய்ந்துகொள்ளக் கடவர். இதுவுமன்றி என் கருத்தைப் பண்டிதோத்தமர்களுக் கறிவிக்கும் பக்ஷத்தில் என்னை அறியாது நேர்ந்துள்ள குற்றங்களை வேறு விதமாய்த் திருத்தி பூர்வீகத் திராவிட மதத்தைப் பற்றி அவர்களே செவ்வனே தக்க ஆதாரங்களோடு ஆங்காங்கு மிகப் பழைய தமிழ் நூல் செய்யுட் பிரமாணங்களை இன்னுஞ் சிறப்பாய் எடுத்துக்காட்டி என் மனோரதத்தை நன்கு நிறைவேற்றுவார்க ளென்னும் நம்பிக்கையினாலேயே நான இவ்வியாசத்தை அறையுங் குறையுமாய் எழுதி முடித்திருக்கிறேனே யன்றி வேறில்லை. பிழை பொறுப்பது பெரியோர் கடன்.

தமிழர் உபாசிக்கும் கடவுட் பொருளின் இயல்பும்
அவர்களது பூர்வீக ஆசார அனுஷ்டானத்தின் உயர்வும்

பண்டைக் காலத்துத் தமிழ் மக்கள் மிக்க வீராவேசங் காட்டி அடிக்கடி இந்நாட்டுக்குப் புதிதாய் வரும் அந்நிய வேந்தரோடு போராடியதாலும் இந்நாட்டின் வெப்ப மிகுதியாலும் தேகதிடங் குன்றி மன அடக்கம் பெற்று ஒவ்வொன்றினையும் ஆழ்ந்தறியும் இயல்பினை யுடையராய் மாறி இவ்வுலக அழகைக் கண்டு வியந்து இயற்கையின் தத்துவத்தை உள் நுழைந்து பார்த்து எங்கும்

ஒற்றுமையும் அவ்வொற்றுமையை நிலைப்படுத்தற்குரிய ஓர் உயிர் பொருளும் இருக்கக் கண்டு இவ்வியற்கையில் மறைந்தும் விரிந்தும் கிடக்கின்ற அவ்வுயிர்ப் பொருளையே கடவுளென்று நினைத்து அதனை மனத்தால் தியானித்து வழிபட்டு வந்தனர்.

இவ்வுண்மை மூல்கப்பாட்டு முதலிய நமது பண்டைக் காலத்துத் தமிழ் நூற்களின் மூலமாய் வெளியாகின்றது. அக்காலத்திலே எவரும் செய்யுருவை வணங்காது பரம்பொருளை வழிபடுதற்குத் தனியாய் ஓரிடத்தில் மன அமைதியோடிருந்து உபாசித்தும் நமக்கு உள்ளும் புறமும் நின்று நம்மை அசைவித்தும் அறிவித்தும் வருகின்ற சக்தி எதுவென்று விசாரித்தும் வந்தனர் என்பதற் கையமில்லை. இன்பமாய் அரூபமாய் எங்குந் தானாய் விளங்கும் முழு முதற் பொருளைச் சுட்டி இவ்வண்ணம் ஏறக் குறைய நாலாயிர வருடங்களுக்கு முன்னிருந்த ஆசிரியர் தொல்காப்பிய னார் சொல்லியிருக்கும் தெய்வ வணக்கத்தையும் அதே காலத்திற் றோன்றிய ஆரிய ஜாதியார் இருக்கு முதலிய வேதங்களில் எழுதிவைத்த தெய்வ நிலையும் ஒன்றை யொன்று ஒப்பிட்டுப் பார்ப்போமாயின் திராவிடரது பூர்வீக மதத்தின் நன்னிலை இன்னதென உள்ளங்கை நெல்லிக் கனிபோல் நன்கு விளங்கும். தொல்காப்பியார் காலம் நாலாயிரமோ, ஐயாயிரமோ சரியாய்ச் சொல்ல முடியாதனெச் சொல்லினும், அவர் நெடு நாட்களுக்கு முன்னிருந்தவரென்பதற்குப் பிழையில்லை. பழங்காலத்திலே கடவுள் தன்மையை நன்குணர்ந்த திராவிடரைப் போல வேறொரு வரும் உணர்ந்திருக்கவில்லை யென்று சொல்லலாம். திராவிடரைப் போல் மற்றவர்கள் உணர்ந்திருக்கவில்லை யென்று நாம் சொல் லுவது சரியல்லவென்று வாதிப்பதுமன்றி இத்தகைய அபிப் பிராயங்கள் தர்க்கத்திற் கிடமானதெனச் சொல்வாருமுளர். வேறு சிலரோ ஆரியரும் திராவிடரும் ஒரே ஜாதியினரென்றும், ஆதியில் ஒரே இடத்தில் வசித்தவரென்றும், திராவிடர்கள் மட்டும் எவ் விடத்து நின்றும் வரவில்லை யென்றும், ஆரியர் மட்டும் இந்தி யாவிற்குப் புதிதாய் வந்தவரென்றும், இருப்பினும் எவர்களை எவர்கள் முன்னர் பார்த்து மத சீர்திருத்தமும் நாகரீகமும் அடைந்தனரெனச் சொல்ல முடியாதென்றும், இருவர் நாகரீகமும் சமான காலமென்றும், எவ்விஷயத்திலும் கால நிர்ணயம் செய்ய முடியாதென்றும் சொல்வாருமுளர். எங்ஙனமாயினு மாகுக.

ஆரியரது பழைய நூலாகிய இருக் வேதத்தை ஆராய்ந் தறியினும் இத்தகைய நல்ல ஆதாரங்கள் கிடைப்பதரிது என்பதிற் பிழை இல்லை. அவர்களோ முதல் முதல் ஆகாயத்தையும், விண்மீன்களையும், சூரியனையும், விடியற்காலத்தையும், பகற் பொழுதையும் தெய்வங்களாகத் தொழுதுள்ளார் என்பதை மறுப் பதற்கில்லை. பூர்வீகத் தமிழ் மதத்திற்குத் தொல்காப்பியமும், மத்திய காலத்திற்குத் திருக்குறள் முதலியவைகளும், சிறந்த பிரமாணங்களாகும். இத்தகைய பண்டைக் காலத்துத் தமிழ் நூற்களால் குறிக்கப்படும் அந்தரங்கப் பொருட்டுப் பிரமாணம் வட நூற்களில் ஆராய்ந்தறிய வேண்டுவதில்லை. ஒவ்வொன்றிற்கும் ஆரிய நூற் பிரமாணங் காட்டியே இடர்படுகின்றார்கள். ஆகையால் மத விஷயத்தில் ஆரியர் செய்தவை யனைத்தும் திராவிடர்களுக்குப் பிரமாணாமாக. ஆரிய சமயாசாரிகளினால் காலானுகூலமாய் உற்பத்தியான சமயங்களனைத்தும் இன்றே மாறினும், அன்றி வேறு பல சமயங்கள் புதிதாய்த் தோன்றினாலும் இவற்றிற் கெல்லாம் பொதுவாய்ச் சகலத்தையும் தன்னுள் அடக்கிக்கொண் டிருக்கின்ற பண்டை காலத்துத் திராவிட மதம் நித்தியமாயிருக்கு மென்றே நம்பவேண்டியிருக்கின்றது. இதற்குத் திருக்குறள் ஒன்றே சான்று பகரும். திருக்குறள் ஆராய்ச்சியில் திருவள்ளுவர் மதமென்றொன்றேற்படலாம். அம்மதமே திராவிட மதமெனினும் இழுக்கன்று. ஆரிய மக்கள் நாகரீக விருத்தியின்றி சர்வ வுலகங் களையும், சர்வான்மாக்களையும், ஆக்கி அழிக்க வல்ல முழு முதற் பெருங் கடவுள் ஒருவனுன்டென்று உணராமல் சிருஷ்டிப் பொருள்களாகிய இடி, மழை, மின்னல் முதலிய இயற்கைப் பொருள்களைக் கண்டஞ்சி அவற்றை யெல்லாம் தெய்வமென்று உபாசித்து தங்கள் வலிமையால் பல விலங்குகளைக் கொன்று அவற்றின் முன் வைத்துப் படைத்து வணங்கியுமுள்ளார்கள். தென்னாட்டிலுள்ள தமிழ் மக்களோ இங்ஙனம் ஆரியரைக் குறிப்பிடுங் காலத்திலே மிக நாகரீக விருத்தி பெற்று சர்வ உலகங்களையும் சர்வான்மாக்களையும் இயக்கும்படியான கடவுள் ஒருவனுண்டென் றுணர்ந்து மற்றச் சடப் பொருள்களாகிய எவை களையும் தொழாமல் இருந் துள்ளார்கள் என்று தெரிகின்றது. பின்னால் தமிழரை ஒருவாறு பின்பற்றியே வடமொழியாரும் தமிழர் உபாசிக்கும் பரப்பிரம்மப் பொருளையே தாமும் வழி

படுதற்குரிய முழுமுதற் பொருளென்று நினைத்து எழுதுவா ராயினர். இச்சந்தேகம் நிவர்த்தியாவதற்கு ஆரியரது ஆதி சரித் திரத்தைப் படிக்க வேண்டும். முதலில் அவர்கள் ஆசியாவிலிருந்து பிரிந்து வந்து பலவிடங்களிலும் போய் வசித்தார்கள். அப்படிப் பிரிந்து வந்தவர்களுக்குள் எவர்களுமே மத விஷயத்தில் இந்தி யாவிற்கு வந்த ஆரியரைப் போல் மஹோன்னதஸ்திதி யடைய வில்லை. மேற்றிசையிற் குடியேறிப் பரவின ஆரியர்கள் ஆரம் பத்தில் அங்கங்கே மிருகப் பிராயரா யிருந்தார்கள். ஆரியர் பழைய தோற்றத்திற்கு இது முக்கிய திருஷ்டாந்தமாகும். ஆரிய சந்த தியிற் றோன்றி சிதறிய பலரும் முதலில் அநாகரீகமாகவே இருந்துள்ளார்கள். பின்னால் இந்தியாவிற்கு வந்தபிறகே திரா விடக் கூட்டுறவு பெற்று பிரகாசித்துள்ளார்க ளென்பதற் கைய மில்லை. நன்னிலையிலிருந்த திராவிடர்களும், புதிதாய் வந்த ஆரியரும் மதக்கொள்கையில் அபிப்பிராய பேதமுடையவராகி தத்தம் கொள்கைகளையே நன்குமதித்து ஒருவர்க்கொருவர் போதித்துக்கொண்டனர். வழக்கத்திற்கு விரோதமான ஜாதி சமய ஏற்பாடுகளும், ஆசாரங்களும், புதிதாய் வந்த ஆரியரால் ஏற்படவே நாட்டிற் பெருங் குழப்பமாக மாறி மத விஷயத்தில் வாதப்பிரதி வாதங்களுந் தோன்றின. அக்காலத்தில் புத்தரவதார மானார். இக்கௌதம சாக்கிய முனிவரை, திராவிட வம்சத்திற் றோன்றியவரென்பர் பலர். ஆரிய வம்சத்து க்ஷத்திரியரென்பார் சிலர். திராவிட வம்சமோ, ஆரிய வம்சமோ, தெரியவில்லை யெனினும் கௌதமர் ஆரிய மதத்திற்கு விரோதியென்பதற் கையமில்லை. வடநாட்டில் ஏறக்குறைய இரண்டாயிரத்தைநூறு வருடங்களுக்கு முன் தோன்றிய கௌதம சாக்கிய முனிவர் திராவிடர்கள் தங்களுக்குரிய நல்லொழுக்கங்களை வழுவாதிருந் தால் சகல துன்பங்களிலிருந்தும் விடுபடுகின்ற “நிர்வாணம்” என்னும முக்திநிலை கிடைக்குமென்று போதித்தார். திராவிட மதத்தினருக்குரிய நல்லொழுக்கங்களையே திருவள்ளுவரும் பௌத்த மதம் பரவியிருந்த காலத்திலே எழுதிவைத்தார். இத்தகைய பல நிதர்சனங்களால் திராவிடர்களின் ஆதிசமயம் பரிசுத்த ஆஸ்திக மதமாகும் என்பதிற் கையமில்லை. மாசு மருவற்ற லௌகீக மெனினும் பொருந்தும். ஜாதி சமய பேதங்களுக்கும், சண்டை சச்சரவுகளுக்கும் இடமின்றி யாவரும்

அபேதமாய்க் கூடி வாழக்கூடிய சமயமெதுவோ அதுவே திராவிட சமயமாகையால் நாகரீகமுடைய இக்காலத்திலும் எவரும் அங்கீகரிக்கும்படியாய் அவ்வளவு தெளிவு பெற்றிருந் திருக்கின்றது. இதை யோசிக்குமிடத்து திராவிட மதமென்பது எக்காலத்திலும் நூதன மதமன்று, எத்தேசத்தாருக்கும், எக்காலத் தாருக்கும், எச்சாதியினருக்கும், எம்மதத்தினருக்கும சம்மத மாயுள்ள மதமெதுவோ அதுவே தமிழ் மதமென்பதற் காட்சே பணையில்லை. பழைய காலத்துத் திராவிடர்களுக்குள் தங்கள் பூர்வீக மதத்திற்கேற்றபடியே எவர்களோடும் பேத மின்றி உண்டும், பெண்களைக் கொண்டுங் கொடுத்தும், சர்வ தேச சகோதரவாச்சல்யங் காட்டியும், ஒரே கடவுளை வணங்கியும், மனச்சான்றுக்கு விரோதமின்றி இகபமிரண்டிலும் சுகிர்தங் கிடைக்குமாறு நடந்து வந்துள்ளார் என்று நம்ப வேண்டி யிருக்கின்றது. நான் இவ்வண்ணம் எழுதுவது பெரியதோர் சந்தேகமென்றும், இப்பொழுது புதிதாய்க் கற்பித்தெழுதியதே யன்றி உண்மையல்ல வென்றும், சிலர் சொல்லினுஞ் சொல்வர். இத்தகையோர் எப்பொழுதும் இந்நாட்டில் ஜாதி சமய பேதங் களிருந்ததென்றும் ஒருவர் வீட்டில் மற்றொருவர் உயிர் நீங்கினும் உண்ணார்களென்றும் சாதிக்க வேண்டும். அதற்கு ஆதாரமில்லை யெனின்; திராவிடர்களின் பூர்வீக நிலை நன்னிலை யென்பதற் கையமென்ன? நாம் பகற் கனவு காண்பதாகவும், திராவிட தேசத்திற்கில்லாத ஏற்றத்தை வரவழைத்துச் சொல்லி மனப்பால ருந்தி மகிழ்வதாகவும், சொல்பவருங்கூட ஜாதிய சமயத்தின் விபரீதம் எப்பொழுதும் இவ்வண்ணமே இருந்ததாய்ச் சொல்வதற் கின்றி விழிக்கின்றனர். ஆரியரும் இத்தேசத்திற்குப் புதிதாய் வந்தபோது இழிகுலத்தோர் செய்யும் சமயற் பாகங்களையே உண்டும், எக்குலத்துப் பெண்களையும் கொண்டும் வந்துள் ளார்கள். ஆரியர் நான்கு வருணத்துப் பெண்களையும் கொள்ள லாமென்றும், எக்குலமேயாயினும் கன்னிகைக்குத் தோஷ மில்லை யென்றும், பிராம்மணர் தங்களுக் கனுகூலமாய் வைத்துக் கொண்டிருக்கும் மனு நீதிக்கு முன்னமே திராவிட தேசத்தில் பெண்களை யெங்கும் கொண்டும், கொடுத்தும் வருகிற வழக்கம் இருந்திருக்க வேண்டும். திராவிட தேசத்தில் ஓர் ஜாதி உயர்ந்தது மற்றொரு ஜாதி தாழ்ந்த தென்று இல்லாதிருந்தபடியினாற்றான், அர்ச்சுனன் பாண்டிய நாட்டுப் பெண்ணைக் கொண்டதற்கும்,

சீவகன் பல சாதி மாதரை மணந்ததற்கும் ஏதுவாயிற்று. திரா விடரையும் ஆரியரையும் வேறு பிரித்துக் காட்டக்கூடிய ரூப வேறுபாடுள்ள விவாகங்கள் பழைய காலத்திற்றானே நடந்தேறி யிருக்குமானால், யாவரும் ஒரே நிறமும் ரூபமுமாக மாறி யிருக்கு மிக்காலத்தில் மணஞ் செய்துகொள்வது பின்னும் பொருத்தமுடையதாகவேயிருக்கும். பூர்வம் திராவிடர் தங்கள் தேசத்தில் எவர்களையும் மணஞ்செய்து கொண்டது பொய்யெனில், திருக்குறளில் களவியல் என்னும் காமத்துப் பாலில் பொதுவாய் ஸ்திரீகள் புருஷர்களைத் தெரிந்துகொள்ளும்படியாய்ச் சொல்லி யிருப்பது பயனின்றியதாய் முடியும். நாயுடு வீட்டில் நாயுடுவே மணஞ் செய்யவேண்டு மென்றும், வேளாளன் வீட்டின் வேளாளனே விவாகம் செய்யவேண்டுமென்றும், எந்த தர்ம சாஸ்திரத்தில் விதித்திருக்கின்றது? ஆதலால் இப்பொழுதும் நம் பூர்வீக வழக்கத்தின்படியே நடந்து வந்தால் நாம் திராவிட மதஸ்தர்களே ஆவோம். இது நாகரீகமுள்ள எல்லாச் சமயத் தினருக்கும் பொதுவென்பதிற் பிழையில்லை. இப்பொதுவான உண்மை ஒவ்வொரு திராவிடன் மனத்திலும் சிலையிலெழுத் தைப்போல பதிந்திருப்பின் நாம் மதச் சீர்திருத்தம் பெற்றுப் பிரகாசிப்பதற்கேதுவாகும்.

திராவிட சமய நூல்கள்

இப்போது தனித் தமிழ் மதத்தைக் குறிக்கக்கூடிய சமய நூல்கள் கிடைப்பதருமையாக விருக்கின்றன. தொல்காப்பிய மென்பது தென்னாடு கடல்கொள்ளப்படுவதற்கு முன்னர் எழுதியதோர் பண்டைக்கால நூலாதலால், அந்நூல் நமக்குப் பிரமாணமாயினு மாகலாம். ஆரியர் இக் கிரந்த காலத்திற்கு முன்னே தென் னாட்டிற்கு வந்து தமிழரோடு உறவாடவுமில்லை. அவர் மதத்தை நிலைநாட்டவுமில்லை. குமரியாற்றின் தெற்கேயிருந்த நாற்பத் தொன்பது நாடுகள் கடலால் மேற்கொள்ளப்பட்டு தமிழ் நாடு பின்னால் பற்பல மாறுதலடைந்துள தென்பதற் கையமில்லை. இவ்வண்ணமாக தமிழுலகின்கண் தென்பெரும் பகுதியே அழிந்து நெடுங் காலவளவிற் றோன்றிய எண்ணிறந்த அரும் பெரும் நூல்களும், இடைச் சங்கமும், முதற்சங்கமும் இருந்த இடமுந் தெரியாமல் மறைந்தன. மிக்க அருமையான தமிழ் நூற்கள் நச்சினார்க்கினியர் காலத்திற்றானே இறந்தொழிந்தன வென்பது

எவரறியார்கள். பழைய நூல்களில் சிலவற்றின் பெயர்கள் மட்டும் நமக்கிப்பொழுது தெரிகின்றனவேயன்றி அந்நூல்களின் வரலாறும் இயற்றினவர்களின் பெயரும் நமக்குச் சரியாய் விளங்குவதில்லை. சில புத்தகங்களிலே சில சூத்திரங்கள் மட்டும் காணப்படுகின்றனவே யன்றி அந்நூல்களின் முதல் நடு இறுதி முதலியவைகள் யாவுமே ஒழுங்காய்க் கிடைப்பதில்லை. சில அருமையான தமிழ் நூல்களைப் பற்றிப் பழைய புலவர்கள் தங்கள் காலத்திற்றானே இறந்தொழிந்த தென்று எழுதியுள்ளார்கள். ஆதலால் தமிழ்ச் சமய மின்னதென்று தமிழ் நூல்களின் ஆதரத் தைக்கொண்டே சந்தேக விபரீதமின்றி எழுதுவது தமிழ் பாஷா பண்டிதர்களுக்கும் கஷ்டமாகவே யிருக்குமென்பதற் கைய மில்லை. இருப்பினும் திராவிடர்களின் இயல்பைப் பற்றியும், நடையுடை பாவனைகளைப் பற்றியும் ஒருவராறு சொல்வது கஷ்டமல்லவென்றே கருதுகின்றேன். திராவிட பண்டிதர்கள் பண்டைக் காலத்திற்றானே உலக இயற்கையையும் மனித இயற்கையையும் உள் நுழைந்து பார்த்து தாம் கண்ட அரிய பொருளின் நுட்பத்தின்படி நூலியற்றி இவ்வுலக வியற்கையின் தத்துவத்தை ஆராயும் நூல்களுக்குப் "புறப்பொருளெ" என்று பெயரிட்டும், மனித இயற்கையை ஆராய்வனவற்றிற்கு "அகப் பொருள்" என்னும் பெயரிட்டுக்கொண்டனர். ஆண், பெண் என்னும் இரு பாலரையும் சமத்துவமாய்ப் பாவித்து மற்றெல்லாத் தோற்றங்களையும் தனக்குக் கீழாக நிறுத்தித்தான் யாவற்றினும் மேலாகப் பாவித்துத் தனக்கு நிகரொன்றின்றித் தோன்றுவதாய் அறிந்து இன்ப துன்பங்கள் உதிப்பதற்குத்தானே காரணமென்று தெரிந்து எல்லா வுலகங்களும் எல்லாப் பொருள்களும் தன்னைச் சுற்றிச் செல்வதாய் நினைத்து அன்பின் வடிவமாகிய மனித வியற்கையை இவ்வண்ணம் உயர்த்தி ஆராய்வதே அகப்பொரு ளிலக்கணமாம். இனிப் புறப் பொருள் இலக்கணமென்பதோ மக்கள் இவ்வுல இயற்கையுடன் பொருந்தி இன்றியமையாத சில கருமங்களைச் செய்து, பலவித முயற்சி வேறுபாடுகளிலும், பிறவிஷயங்களிலும் நுழைந்து ஆராய்ந்து தெளிவதாகும். இந்நூல் களிலே இகபர சம்பந்தமிரண்டும் அடங்கியுள. ஆறு சாஸ் திரங்களேற்பட்ட காலத்திலே மனம், புத்தி, சித்தம், அகங்காரம் முதலிய மனோத த்துவ விசாரணைகளும் ஆரியருக்கேற்பட்டன.

அகநானூறு, அகப்பொருள வெண்பா முதலியவைகளும் தமிழற்கே உரியன. வட நூலார் அநேகமாய்ப் புறப்பொருள் சமபந்த மாகவே ஆதியில் விசாரிப்பவராயிருந்தனர். பின்னர் பற் பல மாறுதல்களடைந்தவராவர். அவர்களது நானாவிதமான மாறுதல் களே அவர்களை இப்பொழுது நன்னிலைமைக்குக் கொண்டு வந்துள்ளது. யோசிக்குமிடத்து தமிழருக்குரிய தத்துவ நூல்களே அவர்களுக்குப் போதுமான ஆதாரங்களாகும். இத்துடன் சர்வ சமயசமரச நீதி நூல்களோடு திராவிடத்தில் பலவுள. அதிக மில்லை யென்போர் நாலும் இரண்டும் சொல்லுக் குறுதி என்ற படி நாலடியும் திருக்குறளும் போதும். இதுவு மன்றித் தமிழரின் சுயானுபவ விருப்பத்தை நோக்குமிடத்து இயல்வேதமாகிய ஆத்ம வேதத்தை யுடையவர்களென்று சொல்வது மிகப் பொருத்த முடைத்து சுயானுபவத்தையே பெரிதாகக் கோருபவர்கள் விகித வேதத்தை முக்கியமென்று சார்ந்திருப்பதில்லை. அதையோர் உபகரணமாகவே கொள்வர். வேத மென்பதை ஆரியரும் அவர் களைப் பின்பற்றிய பல சமயத்தார்களும் பரிசுத்த புத்தகமாகக் கருதுகின்றனர். பிரமனால் சிருஷ்டிக்கப்பட்டு வியாச பகவனால் சிக்கருக்கப்பட்டதென்றும் இருப்பினும் திராவிடர்களும் இத் தகைய உயர்வுகாட்டி வேதமென்றொற் புத்தகத்தை எழுதி வைத்துக்கொண்டிருப்பினும் நாகரீகமான இக்காலத்திலே தர்க்க சாஸ்திரத்திற்கு எதிர்நின்று சர்வஜன அங்கீகாரம் பெறுவது கஷ்டமே. பிரம்ம சமாஜத்தாரும் (Unitarians), கிறிஸ்துவ மார்க்கத்தாரும் தத்தம் வேதப் புஸ்தகங் களையே தெய்வீக சம்பந்தப்பட்டெழுதிய தென்னும் அம்சத்தை நிராகரித்துவிட்டார்கள். பௌத்தர், சமணர் முதலியவர்களும் கீர்வாண வேதத்தை நம்புவதில்லை யன்றோ? பூர்வீக திரா விடர்களுக்கு இப்படி எழுதிவைத்துக்கொண்ட அருள் வேத மென்று சொல்லக்கூடிய புத்தகங்கள் எவைகளுமின்றிச் சகல புத்தகங்களுக்கும் ஆதாரபூதமாயிராநின்ற இப் பிரபஞ்சமே ஓர் வேதப் புத்தகமாயிருக்கலாம். இதை நாகரிகமுள்ள இக்காலத் தவரெவருமே சிறப்பித்துப் பேசுவரே யன்றி வேறில்லை. இதனால் அருள் வேதமென்றோர் புத்தகத்தை உயர்வுபடுத்துவதை சரித்திர காலத்திற்கு முற்பட்டது அல்லது அதன விவரம் நமக்குத் தெரியாது என்று நாம் கிரகிக்கவேண்டியதே யன்றி வேறில்லை. நம் பெரியோர்கள எழுதிவைத்த நற்புத்தகங்களென்னும் பரம

சாதகத்தை நான் குறைவு படுத்திப் பேசவுமல்லை உணர்வென்னும் உரைகல்லில் உரைத்துப்பார்த்து புத்தகங்களிலே நல்லவை கெட்டவை யுணரவேண்டும்.

திராவிடரது ஆத்ம வேதமாகிய இயல் வேதம்

ஆத்ம வேதமென்பது நமக்குச் சகல ஞானத்தையும் கற்பிக்கக் கூடிய இப்பிரபஞ்சமே யின்றி வேறில்லை. அது கடவுளைப் பற்றி வாய் திறந்து ஓர் வார்த்தையுஞ் சொல்லாமலே அவனிருப்பைப் பற்றி ஆயிரம் வாயால் கோஷித்துக் கொண்டாடுகின்றது. இதை விடக் கடவுளைப் பற்றி விவரித்துச் சொல்ல அபிப்பிராய பேதமுடைய பற்பல புஸ்தகங்களிலிருப்பினும் விசேஷமல்ல வென்றே கருதுகின்றேன். அணுமுதல் மேரு வரையில் சிருஷ்டி யெல்லாம் எம்பிரான் மகிமையை வெளிப்படுத்தாநிற்க நமக்கு வேறு சாஸ்திரங்களேன்? வேதங்களேன்? எல்லா வஸ்துவைப் பார்க்கினும் அவர் மயமாகவே காணப்படுகின்றன. எங்குமே அவரது அன்பு. எங்குமே அவரது சக்தி. எங்குமே அவரது புத்தி விசேஷத்துவம் நமக்குப் புலப்படுகின்றன. அவர் இருப்பை நமக்குச் சதாக அறிவிக்காத வஸ்து எது? கடவுளிடத்திலிருந்தே திராவிடர்களுக்கும் ஒரு வேத புஸ்தகம் கிடைத்திருப்பதாய்ச் சொல்லிக்கொள்ளினும் அதனால் திராவிடர்க்கோர் பெருமையுங் காணோம். அப்புஸ்தகம், இருக்கு மிடபேதத்திற்கும், தேசாபி விர்த்திக்கும் பாஷையின் விருத்தி, க்ஷயத்திற்கும் தக்கபடி மாறுபட்டுக் கொண்டேயிருக்கும். இதுவுமன்றி, கடவுள் தமது கட்டளையை அல்லது இகபர சம்பந்தமாய் எழுதப்பெற்றிருக்கும் வேத த்தை, ஓர் வகுப்பிற்கும், ஓர் பாஷைக்கும் பொருத்தமாகும் படி ஒருபோதும் வெளியிடார். பட்சபாதங் காட்டி அவர் வெளி யிட்டிருப்பினும் கால மாறுதல்களினால் அவ்வேதமும் பற்பல மாறுதல்கள் அடைந்து முடிவில் பயனற்றதாய்ப் போய்விடும் என்பதைக் கடவுளறியாதவரல்லர். ஆரிய வேதம் அங்ஙனமே பல வகுப்பாரின் ஆக்ஷேபத்திற்கும், சந்தேக விபரீதத்திற்கும் இடமா யிருப்பது எவரறியார்கள். ஆகையால் திராவிடர்கள் அருளால் எழுதப்பெற்றதாய்ச் (அல்லது வேறுவிதமாய்) சொல்லும் விகித வேதத்தைப் பார்க்கினும், சுயானுபவமாகிய ஆத்ம வேதத்தை விசேஷ மென்று முற்காலத்திற்றானே நினைத் தெழுதி வைத்துக்

கொள்ளவில்லை என்பதற் கையமில்லை. தமிழர்களது வேதமோ சகல தேசத்தார்களுக்கும், சகல மத த்தார்களுக்கும், ஸ்திரீ புருஷர்களுக்கும், பண்டிதபாமரர்களுக்கும் சகஜமாய் விளங்கு படியாக இருதயமாகிய ஏட்டில் எழுதப்பட்டிருக்கின்றது. திராவிட வேதமென்பதே சகல மதஸ்தர்களின் தர்மங்களுக்கும் மூலாதாரமாகையால் அவர்கள் பிரபஞ்ச வேதத்தோடிருந்து மனத்திருப்தி அடைந்த லௌகீக நூல்களை மட்டும் விஸ்தரித் தெழுதி கரந்த பால் கரந்தபடி எள்ளத்தனையும் கள்ளமின்றி விள்ளவுரைத்து இகத்திலே சுகத்தையடைய முயன்றனர் என்று தெரிகின்றது. இயல்வேத மென்பது வம்பில் வரவழைத்து நான் சேர்த்துக்கொண்டதே யென்றும், திராவிடர் இயல்வேத முடையவரென்பதற்கோர் அத்தாட்சியுமில தென்றும், அவ்வழி யாகப் பார்க்கின் ஒவ்வொரு மதத்தினரும் இயல்வேத முடையவரே யென்றும், பொதுவாய் ஆரிய வேதத்தையே திராவிடர்களும் உடையவரென்றும், தனித்தோர் மதத்தை யுடையவர்களென்றும், யூகிப்பதற்கு ஆதாரமின்றேல் விட்டுவிடவேண்டுமென்றும், யோசிக்குமிடத்து மதமே நிராதாரமான விஷயமென்றும் என்னை அதைரியப்படுத்துவோர் அநேகரிருக்கலாம். எங்ஙனமாயினு மாகுக. திராவிடர்கள் இப்பொழுதிருக்கும் சமயங்களிலே முன் னாளிலும் சார்ந்திருக்கவில்லை யென்பது திண்ணம்.[2] இப் பொழுது நாம் வணங்குகின்ற பிரமா, விஷ்ணு, உருத்திரன், இந்திராதி தேவர்களெல்லாம் ஆரியர் வணங்கிய தேவர்களே யன்றித் திராவிடர்கள் வணங்கிய தெய்வங்களல்லவென்று விசாரணையுள்ள எவர்களுஞ் சொல்வர். இம்மொழிகளும் வட மொழிகளே யன்றித் தமிழ மொழிகளல்ல. தமிழில் எங்கும் நிறைந்த பரம்பொருளுக்குக் கடவுள், இறைவன், ஐயன், ஆண்டவன், முதல்வன் என்னும் பெயர்களே வழங்கற்குரியவை. காலமாறுதலினால் யாவும் தலைகீழாய் மாறிவிட்டது. ஆனால், இப்பொழுது வீரன் முதலிய துஷ்த தேவர்களை ஆரியரும் வணங்குகின்றனர். சிவப்பாயிருக்கின்ற ஆரியனுக்குக் கருப்பா யிருக்கின்ற தெய்வ வணக்கம் எப்படி வந்ததோ தெரியவில்லை. திராவிடரைத் திருப்தி பண்ணும் பொருட்டே யன்றி வேறென்னை. அப்படியே நாமும் ஆரிய தெய்வங்களை வணங்கினோம். கிருஷ்ணன், விஷ்ணு, இராமர் கருப்பு நிறமே. முருகன் முதலிய கடவுளும் திராவிட தேவர்களே யன்றி வேறில்லை. வாசுதேவன்,

விஷ்ணு, உருத்திரன் என்னும் அரியநாமங்களை வணங்கலாம். கடவுளுக்கு எவ் வார்த்தையைச் சொல்லி ஸ்தோத்திரஞ் செய் யினும் குற்றமில்லை. ஆனால் நாம் இத்தகைய பதங்களை வழங்குவோமாயின் சில சமயங்களில் விஷ்ணு ருத்திராதி நாமங்கள், பலசமய பேதங்களையும் கொள்கைகளையுங் காட்டி நம்மை பிரித்துச் சமயச் சண்டைக்கு ஏதுவாக்கின்றன. கடவுளை விஷ்ணுவென்று சொல்வோமாயின் அது ஈசுவரனானவன் சர்வ வியாபி என்னுமோர் உத்தம அர்த்தத்தையே தருவதேயாயினும் மற்றோர் வழியில் இதற்கெதிர்மறையாய் விபரீத அர்த்தமாகி சதுர்ப் புஜங்களோடு இலக்குமி சமேதனாய் சங்கு சக்ர கதாபாணியாய் நீல மேக சாமன வர்ணனாய் வைகுண்டத்தில் ஆதிசேஷன் பேரில் படுத்திருக்கின்ற ஓர் அவதார சரித்திர நாயகனைக் குறிப்பிடுகின்றது. கடவுளைச் சிவனென்று சொல்வதையும் இங்ஙனமே சரித்திர விவகாரங்களோடு விவகரிக்கலாம். இவை யனைத்தும் தாந்திரிக் சாஸ்திரங்களென்றும், தத்துவார்த்தங்களுண்டென்றும் சிலர் சமத் காரமான பதிற் சொல்லினும் பிரயோஜன மொன்றுங் காணோம். சாதாரண ஜனங்களின் நம்பிக்கையும் இங்ஙனமே விபரீத வழியில் வேரூன்றிவிட்டது. அவ்வேரைக் கவ்வி எறிவது வெகு கஷ்டமாகவேயிருக்கின்றது. திராவிடர்கள் இவற்றையெல்லாம் நம்பவேண்டுமென்பதற்குப் பூர்வீகத் திராவிட கிரந்தவாதாரங்க ளொன்றுமில்லை. இருப்பதாகக் காட்டுவாருளரேல் அவர் கொள் கையும் அங்கீகரிக்கலாம். அங்ஙனமின்றி நிராதரவான விஷயங் களை எப்பொழுதும் நம்பிக்கொண்டிருப்பதற்கு நியாயமில்லை. மாநுடருக்கு அறிவு விர்த்தியாவதற் கேற்றபடி விசாரணையும் விரிந்தோங்குமன்றோ? அன்றிக் கடவுளை அறிவதற்கு நமது இயற்கையறிவே போதுமானது. இதுவுமன்றி, "உலகமே வீடு, நன்மை செய்வதே நமது மதம்" என்றபடி நம்மாலியன்றமட்டும் உண்மையைப் பின்பற்றுவதே நமது கொள்கையா யிருக்க வேண்டும், இன்றேல் இந்த ஜென்மத்தாற் பயனில்லை.

கடவுள் வணக்கம்

இவ்வுலகத்திலுள்ள பலரும் தத்தம் வருணத்திற்கும், இடத் திற்கும், மதத்திற்கும், அறிவொழுக்கங்களுக்குந் தக்கபடி ஏதோ ஓர் வழியில் கடவுளை வணங்குகிறார்கள். நாம் மானிடராய்ப் பிறந்ததற்கு முக்கிய பிரயோஜனம் கடவுளைத் தொழுவதைத் தவிர வேறொன்றுமில்லை. கும்பிடுதல், வணங்கல், தொழுதல்,

போற்றல் முதலிய பதங்கள் தமிழ்ப் பதங்களே யாயினும், இப்பதங்கள் பிரமோபாசனைக் குரியதான வந்தனம், தியானம், பிரார்த்தனை முதலிய சாதாரண அர்த்தத்தைக் கொடுக்கக் கூடுமேயன்றி வேறில்லை. "விக்கிரகம்" என்னும் பதமே தமிழிற் கிடையாது. அப்படியிருக்க திராவிடனுக்கு விக்கிரக பூஜை எப்படி வந்த து? ஆதலின், விக்கிரகாராதனை பிற்காலத்ததென்பதிற் சந்தேகமில்லை. விக்கிரஹாராதனை யின்றேல் சைவ வைணவ சமயங்கள் கீழே விழுந்துபோமென்று அநேகர் அஞ்சுகின்றார்கள். அதற்காகவே நம்மீது கோபிக்கின்றனர். ஒருவருக்குப் பயந்து எதார்த்தத்தை யொழிப்பதில் காரியமென்னை? உண்மையைச் சொல்லுமிடத்து ஆரியர் வந்தபின்னரே சைவ வைணவ சமயங்க ளென்றும், ஆராதனை யென்றும், அபிஷேகங்களென்றும், உற்சவ ஊர்கோலங்களென்றும், தாசி வேசிகளின் ஆட்ட பாட்டங்க ளென்றும், கணக்கற்ற வைதீக பண்டிகைகளென்றும், அவற்றை நடத்த ஓர் தனி வகுப்பினராகிய பிராமண புரோகிதர்களென்றும், அர்ச்சகர்களென்றும், கற்பிதப் புராணங்களென்றும், புராணப் பிரசங்கங்களென்றும் விக்கிரகப் பிரதிஷ்தை யென்றும், கும்பா பிஷேகமென்றும் பற்பல பெயர்களால் மென்மேலும் அதிகரிக்க வாரம்பித்தன. இப்பொழுது "மதம்" என்னும் பெயரால் வீடுகள் தோறும் செலவுகளதிகரித்து வீண் செலவுக்கும் வறுமைக்கும் வழியானதுவுமன்றித் திராவிட தேசமுழுமையும் போலியாசாரங் களாகிவிட்டன.[3] இதுவுமன்றி பழைய காலத்தினுங்கூட.

நம் முன்னோர்களால் கட்டப்பட்ட அம்பலங்களென்னும் ஆலயங்களில் அருட்குறி நிறுத்தி வணங்கிய விடமென்று ஒரு வாறு தெரிகிறதேயன்றி இக்காலத்திலிருக்கும் மாநுட ரூபங் களைப்போல விக்கிரங்கள் செய்துவைத்து வணங்கிய இடங் களாய்த் தெரியவில்லையே. முன்னாளில் தமிழ்நாட்டில் கடவுளைத் தொழுவதற்கு அமைக்கப்பட்ட அம்பலங்களிலே கடவுளை வழிபடுதற் கறிகுறியாக நிறுத்தப்பட்ட உருவிற்கு "கந்து" என்று பெயரிட்டிருந்ததாய்த் தெரிகிறது. நச்சினார்க்கினாயரும் இதற்கு தெய்வமுறையுந் தறி என்று உரைகூறினார். இப்பதத் திற்குத் கட்டுத் தறி, தூண் முற்றக்கோடு, மாடுபிணைக்குங் கயிறு, யானை அணைதறி முதலிய பலவித அர்த்த பேதங்களுள. அக்காலத்து அம்பலங்களிலே ஏதோ ஓர்வித அருட்குறி நிறுத்தி வணங்கியதாய்ப் பாவிப்பதற்கும் சரியான ஆதாரமில்லை. மனிதர்

களுக் கியற்கையாய் மனத்தின்கண் உதிக்கும் ஆஸ்திக மதத் திற்கு மூலகாரணமான எண்ணங்களையே ஓர் பற்றுக்கோடாய்க் கொண்டு அதனையே ஆகுபெயராக 'கந்து' என்னும் பெயரால் அக்காலத்தில் வழங்கியிருக்க க்கூடும். இவ்வழியாகப் பார்ப்பின் பூர்வீக தேவாலயங்களிலே ஓர் குறியுமின்றி அதாவது தற்காலத்திய நற்பாங்கடைந்த ஜாதியார்களைப்போல ஈசுரனைத் தியானிப்பதற் குரித்தான உபாசனா மண்டபங்களாக இருந்திருக்கவேண்டும். நாகரிகம் நிரம்பிய பண்டை நாளிலும் மக்களைப்போல் விக்கி ரகங்கள் செய்துவைத்து வழிபடுதலில்லை என்று தெரிகின்றது. காணவுங் கருதவுங்கூடாத முதல்வனுக்கு அவரவர்கள் நினைத்த வாறு உருக்கள் செய்துவைத்து வணங்கல் பொருந்தாதென்று நினைத்து எங்கும் நிறைந்த முதல்வனை ஓர் பிழம்பாகக் கொண்டு வழிபடுதற்கறிகுறியாக பிழம்புவடிவமான கந்துருவை நிறுத்தியும் மனத்தின்கண் தியானித்தும் வந்தார்களென்பதைப் பூர்வீக திரா விட கிரந்த பரிசீலனையுள்ளவர் யாவருமே ஒருவாரு ஒப்புக் கொள்ளுகின்றனர். கந்துருவை நிறுத்தினார்களென்று சொல்வதை ஈசுர தியானத்திற்கு ஏகதேச உபமானமாகக் கொள்ள வேண்டுமே யன்றி வேறில்லை. அக்காலத்தில் திராவிட மதஸ்தருக்கு நல் லொழுக்கமும் அருட்குணமுமே பிரதான தர்மமாயிருந்தது. உண்மையான திராவிடனுக்கு ஆலயமுமில்லை. கடவுள் வசிக்கு மிடங்களென வெவ்வேறு இடங்களுமில்லை. ஈசுவரன் வாசஞ்செய்வது அவரவர்களின் மனமேயன்றி வேறில்லையென்று நான் சொல்லக்கூடிய பரிசுத்த நன்னிலையில் இருந்தது. இப்பொழுதும் பூர்வீக ஒழுக்கத்தைப் பின்பற்றக்கூடிய திராவிடன் தன்னிருதய மண்டபத்தை நிலையான நட்பு, நன்றியறிதல், பணிவு, அன்பு, பக்தி, வைராக்கியம், முதலிய தெய்வீகக் கடமை களாகிய நல்ல வாசனையுள்ள பல புஷ்பங்களினால் அலங்கரித்து வைக்க முயல்வான். ஆரியர் போதனைகளினபேரில் ஆக்கப் பட்ட ஆலயங்களின் விசித்திர வேலைகளிலும், மாநுட சரீர மாகிய நமது ஆலயம் கடவுளுடைய அனுக்கிரகத்தினால் மிக விசித்திரமாகவே அமைக்கப்பட்டிருக்கின்றது. ஆகையால், இந்த இருதயக் கோயிலை எந்நாளுங் கெடாமல் பரிசுத்தமாய் வைத்துக் கொள்ளவேண்டியது திராவிடரின் முதற் கடமையாகும். வெளி ஆலயத்திற்கு அழிவிருப்பினும் உண்மையான ஆத்மாலயத்திற்கு

ஒரு போதும் அழிவில்லை. இவ்வாலயமோ கடவுளினுடைய சொந்தக் கைவேலை. ஏனைய ஆலயங்களோ அங்ஙனமல்ல, பாமர ரஞ்சிதமானவை. ஓ! கல்வி கேள்விகளிற் சிறந்த திராவிட சகோதரர்காள்!! பழந்தமிழ்க் குடிகளைப்போல ஈசுரனை ஆத்மாலயத்தில் வைத்து தியான மார்க்கத்தால் ஏன் ஆராதித்து வரப்படாது? ஆரியரின் மத்தியகால போதனைகளின்பேரில் ஏற்பட்ட சாதி சமயாசாரங்களுக் கெல்லாம் இடங்கொடுத்து மானுஷீகத்திற்குரிய பொது மார்க்கத்தை இழந்து கணக்கற்ற பிரிவுகளாய்ப் பிரிந்து பிறந்த தேசத்திலேயே ஒருவர்க் கொருவர் பகைவர்களாகிப் போராடுவதற்குத் தனித் தமிழ்க் கிரந்தங்களில் ஓராதாரமுங் கிடையாது. இருப்பின், பண்டிதோத்தமர்கள் வெளிப் படுத்தி என்கொள்கை தவறெனில் திருத்திக்கொள்ள சித்தமாகவே யிருக்கின்றேன். ஆனால், பழந்தமிழ்க் குடிகளிலே வீராதாரனை யென்பதுமுண்டு. அதாவது, ஆத்மப் பரித்தியாகஞ்செய்யும் வீர ருக்கு "வீரக்கல்" நடுதலும், அக் கல்லுக்குக் கோயிலும், மதிலும், மற்றச்சீரும் சிறப்புகளும் செய்தலும், மலரும் மதுவும் வைத்துப் படைத்து உற்சவங் கொண்டாடிக் கழித்தலும், பத்தினி தேவி யாருக்கு ஞாபகார்த்த மண்டபம் சமைத்தலும், அன்னோரைப் பத்தினிக் கடவுளென வணங்குதலும், பழந்தமிழர் ஐதீகமே. எனினும் இது முற்றிலும் ஈசுர ஆராதனையைக் குறிக்காது. கற்பைப் பற்றி தமிழிலே மிகச் சிறப்பித்து எழுதப்பட்டிருக்கின்றது. கற் புடைய மகளிரைக் கௌரவித்ததுபோலவே வீரத் தன்மையுள் ளாரையும் கௌரவித்து மிகச் சிறப்பித்தனர். "என்னை முன் னில்லன்மின் றெவ்வீர் பலரென்னை – முன்னின்று கன்னின் றவர்" என்னும் திருக்குறளினால் பண்டைக் காலத்தில் படைச்செருக்குற்று போரேற்று நின்று பகைவர் வேல் பட்டு வீழ்ந்து கல்லினிடத்தே நின்ற வீரர் அநேகரென்று தெரிகின்றது. ஐயனார், மதுரைவீரன், கருப்பண்ணன், மாரி, வீரி, பிடாரி, காட்டேரி முதலிய துஷ்ட தேவிகளும், தேவர்களுமே திராவிட தெய்வங்களென்றும், பூர்வீக திராவிட மதமும் ஆசாரமும் இத்தன்மையது தானென்றும், கற்ற றிந்த விவேகிகளும் சொல்லும்படியான சரித்திர ஞான சூன்யத்திலேயே திராவிட தேசம் வந்துள்ளது! தற்சமத்திய தாழ் நிலையை விரிக்கிற் பெருகுமென விடுகின்றேன்.

திராவிடர்களின் சுவர்க்க நரக யூகை

நன்மை தீமைகளைப் பகுத்தறியும் இயற்கையறிவையும் நல்லொழுக்கங்களையும் ஈசுரன் அங்கீகரிப்பார்; தீய வொழுக்கங்களை வெறுப்பார் என்னும் நம்பிக்கையும், நன்னடக்கைக்குச் சன்மானமுண்டென்றும் அஃதிலார்க்குத் தண்டனை யுண்டென்றும், நினைக்கும் பரமார்த்த எண்ணமும் இம்மை, மறுமை யுண்டென்னும் யூகைக்கு ஆதாரபூதமாகும். பசியைத் தீர்க்க ஆகாரமும் தாகத்தைத் தணிக்க ஜலமும், துக்க நிவிர்த்திக்குத் தேற்றுதலும் வேண்டியிருப்பதுபோல நமது நற்குண நற்செய்கைகளுக்கும் நல்ல நடை உடை பாவனைகளுக்கும் தக்க சன்மானிப்பு இகபர மிரண்டினும் வேண்டியதாயிருக்கின்றது. இவ்வுலகத்திலே நாம் அடையக்கூடிய சுகமனைத்திலும் மாசு மறுவற்ற மனத் திருப்தியே பிரதானமென்பதற் பிழையில்லை. இவ்வுலகத்தில் போதுமான திருப்தியின்மையினால் பலரும் இம்மைச் சுகத்தை அருவருக்கின்றார்கள். இங்கே பூரண சுகம் கிடைக்காத தினால் மறுமைச் சுகத்தை மனத்தால் யூகித்துச் சிலர் எதிர்பார்க்க ஏதுவாகின்றது. நமது அறியாமை முழுதும் நீங்கப்பெற்று முதல்வன் அருளோடு ஒற்றுமைப்படுத்தலே முத்தியின்ப மென்பாரும், மேன் மேலும் சற்குணங்கள் அபிவிர்த்தியாக கடவுளினது சமீபத்தை அடைவதே மோக்ஷமென மொழிவாரும், முக்தி யென்பதற்கு இன்ப துன்பங்களை விடுதல் அதாவது எல்லாப் பற்றுகளையும் விட்டு அடையுமிடமெனக் காரணம் பொருளுரைப்பாரும், வீடு என்னும் தமிழ்ப் பெயரின் பொருளும் எல்லா இன்பங்களையும் விட்டுவிடுவதேமோக்ஷமென்றும்இதைவிடவேறுமோக்ஷமில்லை யென்பாருமாக விருக்கின்றனர். ஈசுரனே சர்வ மங்கள குணங்களுக்கும் இருப்பிடமாயிருப்பவர் எவ்வளவுக் கெவ்வளவு நமக்குச் சற்குணங்களுண்டாகின்றனவோ அவ்வளவுக் கவ்வளவு ஈசுரனுடைய சமீபத்தை நாமும் அடைகின்றோம். நமக்கு உயர்வு, நிர்மலமான ஆத்மாநந்தமும், இகபர சுகமும், பெருகுவதற்கு நமது நற்குணங்களைத் தவிர வேறு ஆதாரமொன்றுமில்லை யென்று இதனால் நன்கு விளங்குகின்றது. ஜீவ சிருஷ்டியானது ஆநந்தத்தைக் கொடுப்பதற்கு ஏற்படுத்தப்பட்டிருக்கின்றதென்று பக்த சிரேஷ்டர்களெவரும், சொல்லுகிறபடி நமது செய்கைகளை

நாளொரு வண்ணம் திருத்திக் கொண்டு போகவேண்டும். திருக்குறள் என்னும் திராவிட வேதத்திலே நல்லொழுக்கத்தைத் தவிர வேறு மோட்ச நகரங்களைப் பற்ற விபரீதமா யொன்றும் பிரஸ்தாபிக்கவில்லை. வைகுண்டம், கைசாலம், முதலிய ஸ்தல விவரங்களைப பற்றியும், புராதான எந்த திராவிட நூல்களிலும் நன்கு காணப்படவில்லை. தமிழ்ப் பாஷையில் பொதுவாய்க் கடவுளொருவ னுன்டென்னும் நம்பிக்கைக்குரிய சொற்களும், ஆத்மார்த்தத்திற்குரிய சில சொற்களும் உண்டேயென்றி அந்தக் காரணங்களையும், மனோபாவங்களையும் விவரிக்கும் விநோதச் சொற்களில்லை. அதற்கெனப் பல புஸ்தகங்களுமில்லை. மோக்ஷ நரகங்களை உணர்த்தும் சொற்களை திராவிடர்கள் அறியார்கள். ஆத்ம ஞானமுண்டானதாய் நடிக்கவுமில்லை. சுவர்க்க நரகம் என்னும் பதங்களும் தமிழல்ல. அதற்குப் பதிலாக நன்மை தீனை யென்னும் எதார்த்த பதங்களுண்டு. எக்காலத்திலும் ஒழுக்கத்திலே பிரக்கியாதி பெற்றவர்கள் திராவிடர்கள் என்பதற் கையமில்லை. திராவிடர்கள் பூர்வீக வாசனை போகாது எதார்த்தவாதிகளாகவே இந்நாளிலும் அநேகமாய் இருந்து வருகிறார்களென்று புழகப் படுவற்கு நாம் சந்தோஷிக்க வேண்டும். ஆகையால் திரா விடர்கள் ஆரியரின் கற்பனா அலங்கார கிரந்தங்களையும் போதனைகளையும் பின்பற்றி வாழ்நாள் முழுவதும் வீண்போக்கி விபரீத மதவிசாரணையிலிறங்கி இகலோக சுகத்தை முற்றிலும் வெறுக்காமல் நாம் பரிச்சு லௌகீகர்களாயிருக்க முயலவேண்டும். மாசுமறுவற்ற லௌகீகமும் நம்மை எப்படியோ ஓர் வழியில் மோக்ஷமண்டலம் சேரப்பிக்கும். பரலோக மோக்ஷத்தில் அநேக ருக்குச் சந்தேகமெனினும் பூலோக மோக்ஷத்தில எவர்க்கும் சந்தேகமில்லையே. நாம் மாநுடராய் பிறந்த தற்கு அதற்குரிய மாநுஷீக கடமையை நாம் நன்கு நிறைவேற்றினோம் என்னும் ஆத்ம திருப்தியும் மனச்சந்துஷ்டியும் வேண்டும். இஃது சாமான்னிய மன்று. இத்திருப்தி எளிதிற் கிடைத்துவிடின் வேறு மோக்ஷத்திற்காக முயலவேண்டுவதில்லை. அறியாது செய்த குற்றத்தைக் குறித்து மனங்கசிந்துருகி மானிடருக்குப் போது மான நரக தண்டனை யென்பதிற் சந்தேகமில்லை. வேறு நரகமென்பதும் வேண்டியதில்லை. மரணத் தறுவாயில் அவரவர் செய்த நன்மை தீமைகளை நீள நினைந்துருகி வருந்தாதவரெவர்?

பாவஞ்செய்யும் பொழுதெல்லாம் நம் மனமே நம்மைச் சுடுகின்றது. புண்ணியம் புரியும்பொழுது நம்மை நம் மனமே புகழ்ந்து பூரிக்கச் செய்கின்றது. ஆதால், சுவர்க்க நபரம் இகத்திலேயே இருக்கின்றது. பிற் சில சமயத்தார் மோக்ஷ மண்டலமென்பது தனித்து எவ்விடமோ இருப்பதாகச் சொல்லி பிரமிக்கச் செய்கின்றார்கள். பூர்வீக திராவிட மதஸ்தர்களோ ஒவ்வொருவரின் மனத்தின் கண்ணும் சுவர்க்க நரகமிருப்பதாக நினைத்து அவரவர் மனச்சாக்ஷிக்கு விரோதமின்றி நடந்து சத்திய காமிகளாயிருக்க முயன்றுள்ளார்கள். இக்காரணத்தாற்றான் சுவர்க்க நரகங்கள் இத்தன்மை யுடையன வென்றும், எங்குள்ளன வென்றும் விவரமாய்த் திராவிட கிரந்தங்களென்றும் நன்கு விளக்கிவைக்கவில்லை. புண்யாத்மாக்களும், பரபாத்மாக்களும் வசிக்குமிடங்களே சுவர்க்க நரகமென்று ஆரியசமயாபிமானிகள் சொல்வார்களாயின் அஃது இப்பிரபஞ்சத்தைத் தவிர வேறு எவ் விடத்திலிருக்கின்றதோ தெரியவில்லை.[4] பூர்வீக திராவிடர்களைப் பின்பற்றியே பௌத்தர், சமணர் முதலிய பற்பல சமயத்தார்களும் காட்சியிலுள்ளது இவ்வுலகமொன்றே, ஆதலால் நமக்கு நரகமும் நரகாக்கினியும், எம்படர்களும், ஏவுதற்கர்த்தாக்களும் நம்மனத்தைவிட்டு வேறெவ்விடத்திலேயோ யிருந்து இம்சிப்ப தாய் நினைத்து பீதிகொள்வதில்லை. திராவிட சமயத்தின் மோக்ஷ நரக முடிபுகளும் இங்ஙனமே பூர்வத்திலிருந்த நீரிலே உதிக்கும் நீர்க்குமிழிகள் நீரிலே நின்று நீரிலே ஒடுங்குதல்போல் இப்பிரபஞ்சத்தி லுதிக்கும் பல்கோடி ஜீவராசிகளும் இப்பிரபஞ் சத்திலேயே யிருந்து ஒடுங்கிவிடுகின்றன. இவ்வாதாரத்தைக் கொண்டு பூர்வீக திராவிடர்களும் இப்பிரபஞ்சத்தையே சுவர்க்க நரகமென யூகித்தலில் பிழை யாதோ தெரியவில்லை. எனினும், முற்றிலும் உலகாயிதராய் இருந்தனரென் றியம்புதற் கில்லை. மரணத்திற்குப் பின் நிலைமையைப் பற்றிச் சிந்தித்துக் கற்பனைக் கிரந்தங்களெழுதி வைத்துக் கொள்ளவில்லையென்பது மட்டும் நன்கு விளங்குகின்றது.

திராவிடரின் உண்மை நூல்களும், ஆரியரின் கற்பித நூல்களும்

மனுஸ்மிருதி, பாரத இராமயணாதி, இதிகாச புராணங்கள், ஜோதிட, சதுர்வேதம் முதலிய நூல்கள் ஓர்வித த்தில் வஞ்சனை

யாகவும், மற்றொரு விதத்தில் ஒருதலைச் சார்பாகவும், ஆங்காங்கு ஆரிய மதத்திற் கனுகுணமாக புனைந்துரைத்து அதனால் "இதுகாறும் ஜீவித்துவரும் ஆரியர்களைப் போல் இத்தேசத்தின் பூர்வ குடிகளாகிய திராவிடர்கள், மறந்தும் சுயநலம் கோறி ஓர் ஜாதி சமயப் பற்றுகளை விசேஷித்துக் கூறும் நூல்களை இயற்றாது பொதுஜன பிரயோஜனார்த்தமாகப் பாடுபட்டு நீதி சாஸ்திரம், தர்க்க சாஸ்திரம், சங்கீத சாஸ்திரம், தாவர வர்க்க சாஸ்திரம் முதலிய நல்ல பயனுள்ள சாஸ்திரங்களை மட்டும் விரித்தெழுதி சுதேசத்திற்கு நன்மை செய்துள்ளபடியால் ஆரியரினும் இத்தேசப் பூர்வகுடிகளாயுள்ள திராவிடர்களே நாகரிகமுடையவர்களென்பதற் கையமில்லை. மத்திய காலத்திலெழுந்த பௌத்த முதலிய சமயங்களை ஸ்தாபித்தவர்களும், அதை உலகெங்கும் வியாபிக்கச் செய்தவர்களும், அநுஷ்டித்தவர்களும், இத்தேசத்தவரே யன்றி ஆரியரல்லர். ஆரியமத விரோதிகளாகிய பௌத்தர்கள் நல்ல நூல்களும் இயற்றியுள்ளார்கள். சாக்கிய மத ஸ்தாபனராகிய கபிலரென்பவர் மத விஷயமாய் ஒருவரோடொருவர் தர்க்கிக்குங் காலத்தில் வாதவிஷயமாய் இரு பக்ஷங்களிலும் நேரும் ஒழுங் கின்மையைக் கண்டு அவற்றைச் சீர்திருத்த தர்க்க சாஸ்திரமென்னு மோர் அரிய நூலை எழுதி வைத்தார். இவ்வருமையான சாஸ் தரத்தை வர்த்தக விஷயமாய் அடிக்கடி இத்தேசத்திற்கு அக் காலத்தில் வந்துகொண்டிருந்த கீரிக் தேசத்தார் தங்கள் தேசத்திற்குக் கொண்டுபோயினர். அத்தேசத்துத் தத்துவ சாஸ்திரியாராகிய சாக்ரடீஸ் என்பவர் இந்நூலைக் கற்றுணர்ந்து தன்னுடைய சிஷ்யர்களுக்குக் கற்றுக்கொடுத்தார். jஇன்னர் அவர்கள் மூலமாய் உலகவியாபகமாயிற்று. இம்மையின் சுகமே மோக்ஷமென்றும், துக்கமே நரகமென்றும், இருப்பினும் அரித்தியமான இப்பிரபஞ் சத்தின் சுகவாழ்க்கையின் பொருட்டு ஒருவர் யொருவர் வஞ்சி யாமலிருக்க வேண்டுமென்றும் இத்தேசவாசியாகி அசோக மகாராஜா என்னும் நீதிமான் நீதி சாஸ்திரத்தை முதன்முதல் நவீனமாய் எழுதிவைத்தார். இத்தகைய நல்ல நீதிபோதங்களை பௌத்த மத காலத்தில் எங்கும் எவர்க்கும் ஒழிக்காமல் வெளிப் படுத்தப்பட்டது. இங்ஙனமே உண்டு உறங்கொளவதற்கு நள மகாராஜா பாகசாஸ்திரத்தையும் உல்லாசமாய்க் காலம் போக்க இராவணன் சங்கீத சாஸ்திரத்தையும் எழுதிவைத்த தாய்த் தெரிய

வருகின்றன. ஆரியர் இங்ஙனமே முற்றும் நன்மை தரும் வழியில் புத்தகங்களெழுதினதாய்த் தோற்றவில்லை. அதிகமாய் சுஜாதிப் பற்றுக் காட்டியேயுள்ளார்கள். பற்பல கலைக்கியானங்களிலும், சிற்ப சித்தர வித்தைகளிலுங்கூட திராவிடர்கள் பிற்பட்டவர் களல்ல. சிருஷ்டாந்தமாக ஆரியர் இத்தேசத்துச் சிற்பிகளைக் கொண்டு பல ஆலங்கள் கட்டி வைத்தார்களே யன்றி அவர் களேயாவது அவர்கள் யுக்தி புத்தியின்படியாவது ஒன்றையுங் கட்டிவைத்த தாய்க் காணப்படவில்லை. இதுவுமன்றித் தென் தேசத்திலிருப்பதுபோல வட தேசத்தில் பெரிய கோவில்களு மில்லை. விசித்திரக் கட்டிடங்களுமில்லை. மேலும் அவைகள் சமீப காலத்திற் கட்டியதே யன்றி திராவிட தேசத்திலிருப் பவைகளைப் போல மிகப் புராதனமுடையதன்று. யவனர் (கிரேக்கர்) முதலியவர்கள் திராவிட தேசத்தில் தொழிலாளிகளாய் அமர்ந்து வேலை செய்ததுவும் உண்டெனினும், அவர்களை வேலையாட்களாய் வைத்துக் கொண்ட திராவிடரின் புத்தி வன்மையே விசேஷித்திருக்கலாமே யன்றி வேறில்லை. சிற்பம் என்னும் பதங்கூட தமிழ்ப் பதமேயன்றி ஆரியபதமல்ல. சிற்பவல்லவர்கள் புத்திவன்மையைக் காட்டிய சட்டங்களும் இத்தேசத்திலிருக்கின்றதே யன்றி வேறிடங்களிலில்லை. ஆகை யால், இத்தேசக் குடிகள் பூர்வ காலந் தொடங்கி சிற்ப சித்திரத் தொழில்களிலும், பிற விஷயங்களிலும் நாகரிகமும் நற்பாங்கு முள்ளவரென்றும் ஜாதி சமயபேதம் பாராட்டாதவரென்றும், ஆரியர் வந்தபின்னரே சீரும் சிறப்பும் ஒருங்கே இழந்தனரென்றும் சொல்வதற்குச் சரித்திர பூர்வமான ஆதாரங்கள் பலவுள. ஒருவர் நன்னிலையிலும் மற்றொருவர் தாழ் நிலையிலும் இருக்கவேண்டு மென்பது திராவிடரின் கருத்தாயிராது. அவர்களெழுதிய நூல்களி லொன்றிலேனும் தங்களை உயர்த்தியாவது, மற்றவர்களைத் தாழ்த்தியாவது ஆரிய மதத்தைக் கண்டித் தெழுதியாவது இல்லாம லிருப்பதே திராவிடரின் பெருமை இத்தன்மைத் தென்பதற்கோர் திருஷ்டாந்தமாகும். ரிக் முதலிய ஆரிய வேதாகமங்களிலோ திராவிடர்களைத் தாசர்களென இழிவுபடுத்தி யெழுதியிருப்ப தோடுகூட அவர்கள் ஆடுமாடுகளும், செல்வமும் நாசமடையே வேண்டுமென கடவுளைப் பிரார்த்தித்திருப்பதாகவும் தெரிகின்றன. திராவிடர்கள் நூலெழுதிய காலத்தில் ஆரியர்கள் இவ்விடத்திற்கு

வரவேயில்லை யாதலின் திராவிடர்கள் ஆரியதூஷணை செய்யா திருப்பதற்குச் சிலர் சொல்லுகிறபடி இது வோர் காரணமாயிருப் பினுமிருக்கலாம். ஆரியர் இத்தேசத்திற்குக் குடியேறிய பின்னர் ஜாதி துவேஷத்தால் கற்பித் தெழுதப்பட்ட இராமாயணமென்னுங் கிரந்தத்தில் இலங்கையை ஜெயித்த இராமனையும், பாரதத்தில் பிரஸ்தாபிக்கின்ற கிருஷணன் முதலிய குறுநில மன்னர்களையும், சிவன், விஷ்ணு முதலிய மற்றப் பெயர்களையும் வணங்கும் படியாய்க் கற்பனைக் கிரந்தங்களெழுதினார்கள். திராவிடப் பெண்கள் கைம்மையராயின் கணவன் மீதுள்ள அன்பினால் உடன்கட்டையு மேறி யிருக்கலாம். இந்துப் பெண்கள் எவர் களாயினுஞ் சரி தெய்வசங்கல்பமாகக் கைம்பெண்களாயின் அதையோர் ஆதாரமாய் வைத்து அவர்கள் தங்கள் சொத்துக்களை பிராமணர்களுக்கு தானங் கொடுத்து உடன்கட்டே யேறும்படி ஹிதோபதேசஞ் செய்யப்பெற்றனர்.[5] ஆரியர் போதித்தபடியே பாமரரஞ்சிதமாகவே நமது கோயில்களும் பழக்கவழக்கங்களும் எப்பொழுதும் ஒரு விதமாயிருக்க வேண்டுமென்று மர்க்கடப் பிடியாய்ச் சாதிப்பது மதியூகிகளுக் கழகல்ல வென்றே நினைக் கின்றேன். நமது கோயில்கள் நியாயமான வழியில் பலருக்கும் அநுகூலமாகவு மிருக்கவேண்டும். இப்பொழுது சுமார் பாடல் பெற்ற சிவஸ்தலங்கள் ஆயிரத்தெட்டும் விஷ்ணு ஸ்தலங்கள் நூற்றெட்டுமிருக்கின்றன. இவைகளால் எவ்வெவ் வழிகளில் நமக்குப் பயனுண்டாகின்றன? இவைகளின் தற்கால உண்மை நிலை, பரிகாச ஆஸ்பதமாய் தமது அருமையான பணமும் சிறுகச் சிறுக பாழாகின்றது. ஆகையால நான் கூறியவற்றைப்பற்றி ஆழ்ந்து ஆலோசித்துப் பாருங்கள். சரியாயின் ஒப்புக்கொள்ளுங்கள். உண்மையறிய முயலுங்கள். ஓ! திராவிட சகோதரர்களே!! முற்குறித்த பௌராணிகக் கொள்கைகளை நியாயமின்றி ஏன் நம்பவேண்டுமோ தெரியவில்லை என்று உங்களுக்கே படலாம். பழந் தமிழ்க் குடிகளெழுதிய நூல்களொன்றிலேனும் இங்ஙனம் ஏதாவது எழுதப்பட்டிருப்பதாய் ஏற்படாது. தற்சமயத்து பழக்கமே விசேஷமென்பது சரியன்று அப்படியாயின் மாநுடர் நியாயத்தைப் பின்பற்றவேண்டியதே யில்லையென்பேன். திராவிடர்கள் ஆரியர் காட்டிய வழியைப் பின்பற்றி இயற்கைக்கு விரோதமாய் எத்தனை நாள் இருப்பாரோ தெரியவில்லை. கடல் யாத்திரை, இருதுமதி

விவாகம், மறுமணம், உசிதமான எத்தொழிலையும் செய்தல், ஜாதிப் பிரிவுகளின்றி யிருத்தல் முதலிய திராவிட பூர்வீக வழக்கங்களையே ஆரிய பண்டிதோத்தமர்களும் சிஷ்டாசாரமே யென்று சபைகள் கூடிப்பேசி அனுஷ்டிக்கவும் போகின்றார்கள். இப்பொழுது அத்தகைய தோற்றங்களுமுள. அப்படியிருக்க நாமேன் கண்மூடிகளாயிருந்து அவர்கள் காட்டிய தகாத வழியில் இருத்தல் வேண்டும். ஆரியர் இங்ஙனம் பற்பல மாறுதலடை வதிலும் நாம் சந்தோஷங்கொள்ளவேண்டும். ஆரியரது இம் மாறுதல்களினால் திராவிடரும் ஆரியரும், ஆசார அனுஷ் டானங்களிலும், தொழில்களிலும் சமத்துவமேற்பட்டு நம் தேசத்தி லெங்குமே ஜாதி சமய பேதமின்றி ஒரு தாய் வயிற்றிற் பிறந்த மக்களைப்போல் ஒற்றுமைப்பட்டு வாழ்வதற்கேதுவுண்டாகும். இப்பொழுதிருக்கிற நமது ஞானமெல்லாம் உண்மையில் பழக்கத்தில் ஒடுங்கி யிருக்கிறதேயன்றி வேறில்லை. சிலசமயம் நம்கொள்கை சிறுவர் விளையாட்டை ஒத்திருக்கின்றது. நாம் செய்யும் விவாகங்கள் தானதருமங்கள் வைதீக ஆசாரங்கள் யாவுமே வினோதத்தை விளைவிக்கின்றன. பிறப் பிறப்பில் லாதவனுக்குக் கிருஷண ஜயந்தி, ஸ்ரீராம நவமி என்று பல பிறப்புறச்சவங்களும், ஊரும் பேரும் தாயுந் தந்தையும் இல்லா தவனுக்கு வருடந்தோறுந் தவறாது சீதா கல்யாணம், பார்வதி கல்யாணம், ருக்மணி கல்யாணம் என்று பல விவாக மகோற் சவங்களுஞ் செய்து அதற்கேற்றபடியே அவ்வப்போது பிராமண சன்மானமும் நடத்தி இங்ஙனம் பல விநோத வழிகளில் பொருளைப் போக்கி திராவிட தேசத்தின் பூர்வீக நாகரிகத்திற்குப் பிற்பட்டே போய்க்கொண்டிருக்கின்றார்கள். இதுவுமன்றி, நம்மில் கற்றவர்களி லனேகர் ஆரியர்கள் யாவருமே சந்தியவந்தர்களென்று பிற்காலத்தில் நம்பி வைதீக வேடதாரிகளாய் ஸ்தல புராணங் களிலே பொழுதைப்போக்கி, அந்தாதி, கோவை, கலம்பகம், மாலை முதலிய பிரபந்தங்களைப் பாடி அவற்றில் அநீதி களையுங்கலந்துரைத்து ஒருவரையொருவர் இகழ்ந்து, தேசப் பொதுநன்மைக் குழைக்கும் நல்லுணர்ச்சி யிழந்துபோனார்கள். பழையபடி நீதிசாஸ்திரங்களிலும் திராவிடர்க ளெப்போது காலங் கழிப்பாரோ அறியேன். திராவிடர்களும் ஆரிய வேதாகமங் களுக்கும் யாதொரு சம்பந்தமில்லை. தமிழர்க்கு வேதமென்ப

தொன்றிலை. திராவிடர்கள் எத்தகைய இலக்கணமுடைய வஸ்துவை முதலில் கடவுளென வணங்கி வந்தனர்? அவர்களது பூர்வீக உண்மைச் சரித்திர வரலாறென்ன? இகபர சம்பந்தமாய் அவர்களெழுதிய எதார்த்த நீதி நூல்களெவை? என்று இவைகளைத் தீர விசாரித்து எது உண்மையோ அதையன்றோ பின்பற்றுவது உசிதமாகும். "திராவிடரின் உண்மை நூல்களும், ஆரியரின் கற்பித நூல்களும்" என்னுமோர் மகுடமிட்டு எழுதினதைப் பார்த்து சிலர் சீற்றங்கொள்ளினும் கொள்ளக்கூடும். குற்றமே சொல்லப்படா தென்பது சிலர் கொள்கையாயிருக்கின்றது. ஆனால், எனது கொள்கை அதுவன்று. குணத்தைக் கொண்டாடுதலும், குற்றத்தைக் கடிந்துகொள்ளுதலும் என்னியல்பாகும். குற்றத்தைச் சொல்லா விட்டால் பின்னர் திருந்துவதெப்படி? இவ்வத்தியாயம் ஆரிய மதாபிமானமுள்ள சிலருக்கு வெறுப்பாயிருப்பினும் சமநிலைச் சித்தமுள்ளாரெவர்க்குமே வெறுப்பின்றி விருப்பமாயிருக்குமென்று நம்பி எழுதியிருக்கின்றேன். நானெழுதுவதெல்லாம் நியாயமே யெனினும் ஜனங்கள் பலர் அநுசரிக்குங் கொள்கைக்கு விரோத மாய் ஒன்றும் எழுதப்படாதென்பாருமுளர். இக்கொள்கை சரியான தென்று எனக்குத் தோற்றவில்லை.

திராவிட மதத்தின் மேன்மையும்
தற்காலத்திற்கேற்ற சன்மார்க்கோபதேசமும்

பூர்வீக திராவிட சமயத்தைப் பற்றிச் சுருக்கிக் கூறுமிடத்து தற்சமயத்தில் பரவிவரும் பிரமசமாஜ கொள்கைக்கு ஒருவாறு ஒப்பிட்டுச் சொல்லலாம். ஆரியரின் உண்மையான சமயம் பிரம்ம சமய மாயிருக்கலாமென்று வங்க நாட்டிலும் பிறவிடங்களிலும் பலர் சொல்வதைப்போலவே பூர்வீக திராவிடர்களின் கிரந்தங் களின்படி அவர்கள் கொள்கையும் எதார்த்த சுவரூபத்தில் இருக்க லாமென்று நினைக்கின்றோம். சிலர் அல்லவென்று ஆக்ஷேபித்துச் சொல்லவுக்கூடும். எங்ஙனமாயினுமாகுக. எம்மதமும் நாகரிகப்படு வதற்கேற்றபடி வெளியாடம்பரம் அதிகமாகி எப்படியோ ஓர் விதத்தில் முன்னுக்குப் பின் விரோதமாய் வித்தியாசப்பட்டு விடுகின்றது. திருஷ்டாந்தமாக ஆரிய மதமே பற்பல விதமாக வித்தியாசப்பட்டுள்ளன. ஓர் விதத்தில் மூடபக்திக்குரிய அர்ச்சை முதலிய வேடிக்கை விநோதங்களும், மற்றோர்விதத்தில் ஞான

மார்க்கத்திற்குரிய வேதாந்த உபநிஷத்துகளும், இன்னுமோர் வழியில் தத்துவ சாஸ்திர விசாரணைகளும், மற்றுமோர் வழியில் மத விஷயத்தில் மனிதரிஷ்டப்படியிருப்பதற்கு இடந்தருகின்ற சுதந்தரமும், காலங்கள் தோறும் அடைந்த பற்பல மாறுதல்களும் ஆரியமதத்திலிருப்பது எவரறியார்கள். இதனால் நீதியும், நன் னெறியும், தெய்வ பக்தியும், சிறந்திருந்தும், மத்தியில் வந்த ஆரியமத ஆடம்பரங்களினால் உண்மை மூடப்பெற்ற பூர்வீக திராவிட மதத்தை விவேகிகள் வெறுத்துவிடுவது சரியல்லவே. எம்மதமாயினுஞ்சரி உண்மைக்கும், ஜன ஒற்றுமைக்கும் பொருந்தியதாயிருத்தல் வேண்டும். சரித்திரத்தை அனுசரித்துப் பேசின் இத்தென்னிந்தியாவும் மதவிஷயத்தில் பல்பற மாறுதல்கள் அடைந்துள்ளன. முதலில் உண்மைக்காதாரமான திராவிட மதமும் அதன்பின் பௌத்த, ஜைன மதங்களும், அவ்கள் ஒருவாறு ஓங்கி ஒடுங்கியபின் சைவத் திருமுறைகளும், வைணவத் திருமொழி களும், ஓங்கி வளர்ந்த பின்னர் கொஞ்சகாலத்திற்குள் வேதாந்த விசாரணைகளும், பின்னர் சித்தாந்த ஏற்பாடுகளும் ஏற்பட்டு பூர்வீக திராவிட மதம் மறந்தேபோய்விட்டது. இத்தனை மாறு பாடுகளுக்கும் இத்தமிழகமே ஜென்ம பூமியாயிருந்து வருவதின் சரித்திர வரலாற்றுக்கு நாம் சந்தோஷிக்க வேண்டும். தென்னிந்திய மத சரித்திரத்தை விரிக்கிற் பெருகுமென விடுகின்றேன். சரித் திரத்தில் பிற்போக்கடைந்திருக்கும் மதங்களே நமக்கிப்பொழுது பெரிதாயிருக்கின்றது. நியாயமிருப்பின் அங்கீகரிக்க வேண்டிய தேயாகும். இன்றேல்; சரித்திரத்தின்படி உண்மைக்கு உடன்பாடான இயற்கை மதமாகிய திராவிட மதத்திற்குத் திரும்பவேண்டியது நியாயமென்றே தோன்றுகின்றது. திராவிட மதத்திலே யாவும் நீதிபோதனைகளாகவே யிருக்கின்றன. அம்மதத்தில் வெளிவேஷ ஆடம்பரங்களொன்றுமில்லை. எதார்த்த ஸ்வரூபமானது அம்மத போதனையின்படி நீதிநூற்களே நமது குரு. அந்நீதி நூற் போதனைகளே நாம் கொள்ளவேண்டிய குருவுபதேசம். கல்வியே நாம் எந்நாளும் பழகவேண்டிய சாதனை. நன்மை புரிதலே நமது மதம். நன்மையாளர் வசிக்குமிடங்களே நாம் செல்லத்தக்க ஆலயம். நன்மையே நாம் தொழும் தெய்வம். நன்மைசெய்து உலகமுவக்கப் பேரெடுத்தலே நாம் அடையத்தக்க முக்தி; இவை எல்லா மதத்திற்கும் பொது விதியெனச் சிலர் சொல்லினும்

தடாகம்/51

இப்பொழுது வேரூன்றிவிட்ட ஆரிய மதத்திலே அல்லது ஆரிய மத அவலம்பிகளாகிய மதாபிமானிகளிடத்திலே இக்கருத்து வெளிப்படையாக விருப்பதில்லை. மநுக்குலத்தவர் யாவரும் ஒன் றென்றும், சுவாமியைத் தொழுவதற்குச் சகலருக்கும் சுதந்தர முண்டென்றும் ஆரியர் பகிரங்கப்படுத்தவில்லை. இதுவுமன்றி ஆரிய ஜாதியார் சுயநலங்கோரி மத விஷயத்தில் எழுதினதெல்லாம் மற்றச் சாதியாருக்குச் சட்டதிட்டமாய் மாறின. திராவிட கிரந் தங்களோ அங்ஙன மெழுதவில்லை. விலக்கி வைக்கவுமில்லை. இவ்விஷயம் சாதாரண ஜனங்களுக்குத் தெரியாமையினாலேயே பிற்காலத்தில் தமிழ்நாட்டிலும் மலையாளக் கரையிலும், ஆந்திர தேசத்திலும் ஆரிய மத ஆதரணையின்மையால் நம்மிற் பலர் மகமதியராகவும், கிறிஸ்துவராகவும், வேறு பல மதஸ்தர்களாகவும் மாறினர். இருப்பினும், அங்கங்கே அவர்கள் இன்னும் தங்கள் பூர்வீக பாஷைகளையே பேசி இந்து நடை யுடை பாவனைகளை அனுசரித்தும் வருகின்றனர். அந்தோ! ஓர் ஜனசமூக இங்ஙனம் சின்னபின்னமாகச் சிதறுண்டுபோனதை நினைத்தால் வயிறு பற்றி யெரிகின்றது. நாகரிகப்பட்ட இக்காலத்திலுங்கூட ஆரியமதம் சிதறிப்போனவர்களைச் சேர்த்துக்கொள்ள விரும்பவில்லை. இந்தியாவில் ஓர் ஜாதியா, ஓர் மதமா, என்று எவரும் இகழும்படி இடம்பெற்றோம். இஃது எவருடைய குற்றமென்றியம்புவதோ தெரியவில்லை. இருப்பினும் நமது ஒற்றுமைக்கு வேர்ப் புழு வாயிருப்பது நாம் பெருமை பேசிக்கொள்ளுகின்ற ஆரியமத த்தின் சில கோட்பாடுகளென்பதற்கையமில்லை. இருப்பினும், ஆரிய மதம் ஓர் விதத்தில் சித்த சமாதானத்தோடு பார்ப்பவருக்கு நிர்ப்பந்த நிபந்தனைகளோடு கூடியதுமன்று. சமரசபாவமாய் நடப்பவர் தானில்லை. அவரவர் கல்வி கேள்விகளுக்கேற்றபடி ஆரிய மதத்தையும் திருத்திக்கொள்ளலாம். இதுவுமன்றி ஆங்கிலேய துரைத்தனத்தில் மத விஷயத்திலும் ஜனாசாரச் சீர்திருத்தத்திலும் காலானுகூலமாகத் திருத்திக்கொள்வதற்கு நமக்குப் பூரண சுதந்தர முளது. இப்படியிருக்க தேசகால வருத்தமானங்களுக் கேற்றபடி நம்மதத்தையும் ஏன் திருத்திக்கொள்ளப்படாது. மாறுபடாத தேச மொன்றுண்டா? மதமொன்றுண்டா? இந்தியாவிற்குள் நம் தென் னாடும் பிற நாடுகளும் எவ்வழியில் மாறுபடாமலிருக்கின்றன. இக்காலத்தில் தக்க நியாயாதாரத்தின்பேரில் ஓர் மதமிருப்பின்

அதை ஒருவரும் அனாதரவு செய்யவும் மாட்டார்கள். எதார்த்த சுவரூபமாயிருக்கின்ற திராவிட மதத்தைப் பகிரங்கப்படுத்துவோமாயின் நம்மைவிட்டுப் பிரிந்த மகமதியர்களும், கிறிஸ்தவர்களும் பிறரும் யாதொரு ஆடங்கமுமன்றி பூர்வீக திராவிட மதத்தின் மேன்மையை நோக்கி மறுபடியும் வந்து சேரவும் மனமிசைவார்கள். ஆரியமதாபிமானிகளும் பூர்வீக திராவிட மதக்கொள்கைகளே எங்கள் மத இரகசியார்த்தமென்று சொல்வார்களாயின் சந்தோஷமாய் நாமும் ஏற்றுக்கொள்ள வேண்டும். அதற்கெதிர்மறையாய் வேறுவழியில் வர்ணாசிரம தர்மங்களை இன்னும் ஆதரித்துப் பேசி சுயநலங்கோரி ஓர் தேச சமூகத்தினர்க்குள் ஓர் வகுப்பினருக்கு மட்டும் ஏற்றத்தைக் கற்பிக்கும் பொய்க்கதைகளை யெழுதி தேசத்தின் ஒற்றுமையைக் குலைத்துவிட்டதிற் பிழையொன்றுமில்லை. அதை மறைத்து இன்னுஞ் சுயநலப்பேற்றை விரும்பின் நாம் அவர்களோடு சேர்ந்து பயனில்லை. சர்வசமய சமரசபோதனை குறைவு பட்டதற்கு ஆரியரின் தன்னலமே காரணமன்றி வேறில்லை. ஒவ்வொரு மதாசாரியரின் காலத்திலும் சமரச போதனையின்றி வாதப்பிரதிவாதங்களும், கலகங்களும் சண்டைகளும் நடந்தேறியுள்ளன. வீண் கட்சி பேதமும், மதக் கலகமும், நம் நாட்டில் இல்லாத காலமுமில்லை. இதற்குச் சங்கரவிஜயம் முதலிய சரித்திரப் புத்தகங்களும் சான்று பகரும். சமய மென்னும் சாந்தமான பெயரை வைத்து சைவ, வைணவ சமயாசாரிகளாகிய சம்பந்தமூர்த்தி சுவாமிகள், சங்கராச்சாரியார், இராமாநுஜர் முதலிய பிராமணோத்தமர்களுங்கூடச் சிலசமயங்களில் மாநுடர்களுக்கு இயற்கையாயுள்ள கருணை யென்பதையும் விற்றுவிட்டு சமணர் முதலியவர்களைக் கழுவேற்றிச் சொல்லொண்ணாத சித்திர வதையும் செய்துள்ளார்கள். சமணர் செய்யும் அடாச் செய்கைகளுக்காக சைவ வைணவர்கள் தண்டித்தன ரென்றும், துஷ்டரைத் தண்டிப்பதினால் தோஷமில்லையென்றும், தற்சமயத்தில் அநுசரிக்கும் சமயாபிமானத்தால் தூண்டப்பெற்று யாராயினும் பதிற் சொல்லினும் சொல்லக்கூடும். சமணர்கள், சைவ வைணவர்களுக்குச் செய்த கொடுமைகளைப் பொறுத்துக்கொண்டாலன்றோ துன்மார்க்க சமணர்களிலும் சைவை வைணவர்கள் சாந்தஸ்வரூப சமயஸ்தர்களாவார்கள். அங்ஙனமொன்றுங் காணோம். ஒன்றிற் கிரண்டாய் பழிவாங்கியே யுள்ளார்கள். இவ்வண்டப் பரப்பிலுள்ள

சகல மதங்களுக்கும் நீதியைக் கற்பிக்க ஆதாரபூரமாயிருந்த பௌத்த மதம் இவர்கள் சொல்லும் வண்ணம் விபரீத அக்கிரமஞ் செய்ததென்பது எனக்கோர் வித த்தில் ஆச்சரியத்தையே தரு கின்றது. ஆரியமத போதனை எவ்வளவோ உக்கிரத்தோடு விரைந்தோங்கியதென்பதற்கு இக்கொடுமைகளே ஓர் சாக்ஷியாயினு மாகலாம். பௌத்த மத நீதியும் அவர்கள் ஆரிய மதஸ்தரிடம் பட்ட கஷ்டமும் விரிக்கிற் பெருகுமென விடுகின்றேன். ஆயிரமேன்? பெருங்காயமிட்ட குடுக்கையில் வாசனை போகா தென்பதுபோல இப்பொழுதும் நம் தேசத்தில் ஜனங்களுக்கு மத விஷயத்தில் மட்டும் ஒற்றுமை யென்பது கிடையாது. இதற் கெல்லாம் மூலாதாரங்களென்ன? சமயச் சண்டையில் எப் பொழுதும் பீதிகொண்டேயிருக்கிறார்கள். இப்படியிருக்க பௌத்த மத காலத்தில் ஒற்றுமையில்லாமலிருக்கக் கேட்பானேன்? ஏகேஸ் வரனை சகலருங்கூட ஆராதிக்கப் புதுவழியிலிறங்கி அதற்கு வேண்டிய ஆதாரங் காட்டுவதைப் பார்த்துப் பொறாது சிலர் கோபாவேசங்கொள்ளலாம். ஆரிய மதம் பல வழியிலும் செல் வாக்குப் பெற்ற பழைய ராஜாங்க காலமாயின் என் கதி யாதாகுமோ நான் சொல்லக்கூடவில்லை. அவரவர் அபிப்பிராயத்தை வெளி யிடுவதற்கு போதிய சுதந்திரமிருக்கும் இக்காலத்தில் தான் நாம் முற்படவேண்டும். ஒவ்வொருவரும் தாங்கள் சாந்தசமயஸ் தர்களென்று வாயாற் சொல்லினும் செய்கைகளிலும் மதசம் பந்தமான நடையுடை பாவனைகளிலும் இன்னும் அங்ஙனமோர் ஆதாரமேற்படவில்லை. இக்காலத்திலும் சைவருக்கும் வைண வருக்கும் ஜன்மப் பகையா விருக்கின்றது. வைணவத்தின் உட் பிரிவாகிய வடகலையாருக்கும் தென்கலையாருக்கும் என்னேரமும் மடிபிட சண்டையாகவேயிருந்து நீதி ஸ்தல விசாரணையில் மகிமைப்பெற்று மறைவான மந்தரங்களும் வெளியாய் விடு கின்றன. மாயாவாதிக்கும், அத்வைதிக்கும் தினமும் வழக்கிருந்து கொண்டேயிருக்கின்றது. அத்வைத, துவைத, விசிஷ்டர்த்வைத மதங்களுக்கு எவ்வித ஒற்றுமையென்பதுவுமில்லை. இருப்பினும் இம்மூன்று பெரும் பிரிவுகளும் ஒரே மதமாகிய ஆரிய மதமென்று சொல்லிக்கொள்வர். ஒன்றேயாயின் ஒன்றையொன்று எதிர்த்த வாதப்பிரதிவாதங்கள் செய்துகொண்டிருப்பதற்குக் காரணந் தெரிய வில்லை. எண்ணிறந்த பேதமுள்ள ஆரிய மதக் கொள்கைகளுக்குள்

எவர் கொள்கை உண்மை எவர் கொளகை பொய் யென்பதற்கு இக்காலத்திலே தெய்வ சாக்ஷி யொன்றுமில்லை. இருப்பினும் ஓர் தீர்மானத்திற்காவது வரலாம். அதுவுமில்லை அறியாத விஷயங் களுக்கு ஏன் சண்டையிடுகிறார்களோ தெரியவில்லை. மத மென்னும் மாய்கை மட்டும் இந்தியாவில் அறா வழக்காக வன்றோ எப்பொழுதுமிருக்கின்றது. “தவறிவிழுந்த குழந்தைக்கு அறுவாய் மணை துணை செய்”வதுபோல சில கபட வேஷதாரிகள் இந்தியாவில் இத்தகைய மதச் சண்டைகளும், மூட பக்தியும் எப்பொழுதுமிருக்கவேண்டுமென்றும், மதச் சண்டை யில்லாத தேசமே இல்லையென்றும், சண்டை சச்சரவின்றேல், மதத்திலுள்ள உண்மைப் பொருள் வெளிப்படாதென்றும், சமயானுகுணமாய்ப் பேசி வருகின்றார்கள். சிலரோ தாம் பிடித்த முயலுக்கு மூன்றே காலென்று சாதிப்பதுபோல எவரென்ன சொல்லினும் தாங்கள் பிறந்த மதமே மதம்; அதுவே சதம்; அதுவே சிரேஷ்டம்; அதுவே சத்தியம்; அதற்கு ஒப்பொன்றிவ்வுலகத்திலே யில்லை யென்று சாதிக்கவும் வாதிக்கவுங் கூடும். என்ன கால வித்தியாசமிது. ஆ! ஆ!! இம்மத மெல்லாம் முளைக்காத ஆதி நாளில் திராவிடர்கள் ஏகேஸ்வரனை ஆராதிக்கும் ஒரே மதஸ்தராகவும், ஒரே பாஷை பேசுவோராகவும் ஒரே ஜாதியினராகவும், ஒற்றுமைப்பட்டிருந் திருக்க வேண்டுமென்பது பொய்யோ. இடையில் முளைத்தெழுந்த ஆரிய மத மயக்கில் வீழ்ந்து பல தெய்வாராதனையிலும், சாதி சமயச் சண்டைகளிலும், வீண் தர்க்கங்ளிலும். பொழுதுபோக்கி ஜாதி நூல்களைச் சிருஷ்டித்துப் பெருகிப் பெருஞ் சண்டையிட்டு தாழ்நிலையுற்றது எப்பொழுதும் தகுதியானது என்று சாதிப்பது உசிதமாய்க் காணப்படவில்லையே. இனிமேலாவது, இத்திராவிட தேசத்திலே பரிசுத்த ஆஸ்திக மதத்தினும், நன்முயற்சிகளிலும், முற்போக்கடைய ஜனங்கள் விழித்தெழுதல் வேண்டும். இம் முயற்சியிலே நாம் ஆரியரை வேறு பிரிக்கவுமில்லை. அவர்கள் நம்மைப் பிரிக்கிறார்களே யன்றி வேறில்லை. இனிமேல் நாம் பிரிவுபடக்கூடாது. தற்காலத்திய மதமே மதம். அதுவே சத மென்றிருக்கும் திராவிடர்களுக்குச் சரித்திர வரலாற்றை என்னா லியன்றமட்டும் ஆதியோடந்தமாய்ச் சொல்லி திராவிடர்களுக்குள் ஓர்விதப் புது ஒற்றுமையைக் கிளப்பி அதைப் பலப்படுத்தப் பார்க்கிறனேயன்றி ஓர் வகுப்பினர் பேரில் மட்டும் துவேஷங்

காட்டி அன்னோரை ஒதுக்க முயன்றேனில்லை. இதுவுமன்றித் திராவிடர்களுக்குப் பூர்வத்தில் ஜாதிபேதமில்லையாதலாலும், நாமும் அதையே வற்புறுத்திக் காட்டுவதாலும், யாவரும் ஓர் ஜாதியாய்த் திரண்டு பழையபடி ஒற்றுமைப் படுதலே நமது நன்னோக்கம் என்பது எவருக்குமே கரதலாகமலகமாகும். ஆத லால் நாம் பிரித்து வைப்பினும் திராவிட மதம் பிரித்து வைக்காதென்பது திண்ணம். மதமென்பது அபிப்பிராய பேதமே யன்றி வேறில்லை. ஓர் ஊருக்கு ஓர் வழியல்ல பல வழியாகும்.

"தலைபலவாய்ப் பெயர்பலவாய் ந்திக ளெல்லாஞ்
சாகரத்தி லொருநீராந் தன்மை போலப்
பலபலவாய்ச் சொல்லுநெறி யெல்லாஞ் சொல்லப்
பட்டதொரு பொருளினையாம் பணில் செய்வாம்"

என்றபடி சர்வ சமய சமரசக் கொள்கையை அநுசரித்து ஒருவரை யொருவர் விரோதிக்காதிருக்க வேண்டுமென்பது எனது கொள்கை.

"எல்லாரும் இன்புற்றிருக்க நினைப்பதுவே
அல்லாமல் வேறொன் றறியேன் பராபரமே"
"எவ்வுயிரு மென்னுயிர்போ லெண்ணி யிரங்கவ நின்
றெய்வ வருட கருணைசெய்யாய் பராபரமே"

என்று தாயுமான சுவாமிகள் சொன்னபடி தன்மைப்போல பிறரை நேசிக்க வேண்டும் கண்மூடிய காலத்திலிருந்தபடியே இக் காலத்திலும் ஜனங்கள் பிராமணர்களைப் பிரத்தியக்ஷ தெய்வங்க ளென்று நினைத்து வணங்கவேண்டுமென்று நினைப்பது சரி யல்லவே. சிருஷ்டியில் யாவரும் சமமென்று வாதிடவேண்டும். நம்மை அவர்கள் சூத்திரரென்று ஒதுக்கப்பார்க்கினும் நாமும் அவர்களும் ஒன்றென்றும், ஓர் தாய்மக்களென்றும் உள்ளன்போடு சிநேகிக்கவேண்டும்.

முடிவுரை

சுருக்கிக்கூறுமிடத்து, தற்பெருமையும் சுயநலமும் விட்டு வெறுப்பதே நம்மதம். யாவரையும் ஒன்றுபோல நேசிப்பதே நம்மதம். சர்வ தேச சகோதரத்வம் காட்டுவதே நம்மதம். அதுவே நம்மத விருதுக்கொடி. நல்லொழுக்கமே இம்மதத்தின் பிரதான தர்மம். உத்தம ஒழுக்கமுள்ள இம்மதத்திற்கு மற்ற மதத்தினர்

எப்பெயரிட்டழைப்பினும் பொருந்தும். வேதாந்தமென்பதும், சித்தாந்தமென்பதும், சைவ வைணவ சமயங்களென்பதும் உத்தம ஒழுக்கத்தைப்பின்பற்றியதன்றோ? பாசிபடர்ந்த ஏரியில் நீர்கண்ணிற் காணப்படாததுபோல வெளியாடம்பரங்கள் அதிகமாயுள்ள சமயங் களில் உண்மைப்பொருள் மறைவுபடுகின்றது. இவ்வழியைப் பின்பற்றிப் பார்ப்பின் திராவிட மதமே ஒவ்வொரு மதத்திற்கும் மூலாதாரமாய் நிற்கும். மனச் சாக்ஷிக்குச் சிறிதும விரோதமின்றி எதார்த்தமாய் நடக்கும் மார்க்கமெதுவோ அதுவே திராவிட வேதமார்க்கம். இம்மார்க்கமே மானிட வியற்கைக்குப் பொருந்திய தென்பதிற் சந்தேகமில்லை. இப்பரிசுத்த நிலையிலிருந்து எக் காரணத்தாலும் வழுவாதிருப்பது நமது வைதீகம். திராவிட சமயமெனினும், உத்தம ஒழுக்கமெனினும், நன்மானுஷீக இலக் கணமெனினும் ஒன்றேயென்று துணிதல் வேண்டும். நல்லொழுக்க மின்றேல் ஓர் சமயத்தினால் யாது பயன்? ஒழுக்கமே இகபர மிரண்டிற்கும் பெருஞ்சாதகம். நமது மதத்தின் முக்கிய கருத் தெல்லாம் இந்த ஜன்மத்தில் நம்மாலியன்றமட்டும் நன்மை செய்வதும் தீமையையொழிப்பதுமாக விருக்கவேண்டும். “கோட் டைக்குள்ளேயே குத்தும் பழியும்” என்பதுபோல சுதேசத்திற்றானே பரஸ்பர விரோதமான கொள்கைகளும், நடையுடை பாவனை களும் ஒற்றுமைக்கு வேர்ப்புழுப்போன்ற ஜாதியாசாரங்களும் நெடுநாளாய் இந்நாட்டில் வழங்கிவர ஆரம்பித்துவிட்டபடியால் இப்பொழுது ஓர் மதத்திலிருக்கவேண்டிய இன்றியமையாத உண்மையைச் சொல்லினும் கேட்பாரிலர். “கிணறுவெட்டப் பூதம் புறப்பட்டது” என்பது போல நாம் நன்னோக்கமாய் ஒற்றுமைக்குற்ற வழியைச் சொன்னால் அதற்கு எதிர்மறையாக துஷணாமொழிகளும் கிளம்புகின்றன. மதப்பற்றுள்ள யாவருமே பாகியசின்னங்களோடிருந்தால் சித்திபெறலாமென்று நினைத்தி ருக்கிறார்களென்பதற்கையமில்லை. இந்நினைப்பிற்கேற்றபடி பகல் வேஷக்காரர்களும் அதிகரிக்கின்றனர். சித்த சுத்தியில்லாத இத்தகைய வெளி வேஷத்தால் பயனில்லையெனில் நம்பேரில் சீறிச்சினங்கொண்டு பின்னும் அதிகமாய் மதவைராக்கியங்காட்டி நம்மை வெறுக்கத் தலைப்படுகின்றனர். வைஷ்ணவர்கள் துவாதச நாமங்களைப் பூண்டு சங்கு சக்கரங்களைத்தரித்து விருதங்களை அனுஷ்டித்து ஒருவரும் தொடப்படாதென ஒதுங்கியிருப்பதி

னாலும், சைவர்கள் திருநீரு உருத்திராக்ஷங்களைத் தரித்து சிவநேசச் செல்வரெனச் செருக்குக் கொள்வதினாலும் பேதைகள் வியக்கக்கூடிய புராணசிரவணத்தினாலும் முத்தி அடைந்து விடலாமென்று நினைத்திருக்கின்றனர். இவற்றிற்கேற்றபடி மூட பக்திக்குரிய ஒழுக்கமில்லாதார் போலிப்பிரசங்கங்களும் ஆங் காங்கு வெளியாகின்றன. காலமும் இன்னும் பழையபடியே விபரீதமாகவே யிருக்கின்றது. கடவுளின் ஸ்வரூப சின்னங்களைப் பற்றியும் அவருடைய திருவிளையாட்டைப்பற்றியும் மனதிற்குப் பலவித நிர்ப்பந்தங்களுண்டாக்கிப் பரஸ்பர விரோதமாய்ப்பேசி புராணங்களைக் கற்பித்து பிராமணர்களாகிய மாணிக்கவாசகர், சம்பந்தர், இராமநுஜர் முதலியவர்களையும் நம்பி மேன்மேலும் மாநுட ஜபங்களைச்செய்த இம்மத்தியஸ்தரின் தாட்சண்யத்திற்குக் கடவுள் கட்டுப்படுவாரென நினைத்து சமயச்சண்டைகளிலே வானாளை முழுதும் வீணாளாயாப்போக்கிப் பிறந்த தேசத்தி லேயே பற்பல பிறிவுபட்டுப்போனோம். எம்மதமாயினுஞ்சரி ஓர் மத த்திற்கு உத்தம ஒழுக்கமே பிரதானமெனில் இவ்வளவு பெரும் பேதங்களேற்படாதே. அந்தோ! இப்பெரும் பிரிவுகளைப் பாக்குந்தோறும் நம் மனம் புண்படுகின்றதே. இனிமேலாவது திராவிடர்கள் வேறு எம்மதத்திற்கும் போகவேண்டுவதில்லை. ஆரிய மதமே சர்வ சிரேஷ்டமென்று நம்பவேண்டுவதில்லை. ஏனெனில், திராவிட மதமே சகல மதத்திற்கும் அடிப்படை யாயிருக்கின்றது. நாம் மேற் சித்திரங்களைக்கண்டு மயங்கப் படாது. சைவ வைணவ சமயங்கள், அவற்றின் பல்பல பிரிவுகள் பிரம சமாஜம், பிரம்ம ஞான சங்கம், ஆரிய சமாஜம், இராம கிருஷ்ணாமிஷின் முதலியவைகளும் ஏனைய கிறிஸ்து மகம்மதாதி மதங்களும், நீதி போதகத்தையும் உத்தம ஒழுக்கத்தையும், இழந்துபோயின் வேறு விஷயங்களால் பெருமை யென்னே. ஆதலின், திராவிட சகோதர, சகோதரிகளே, திராவிட கிரந்தங் களிலே மலிந்தும் புதை பொருளாகவும் காணப்படும் பரிசுத்த ஆஸ்திக மதமென்னும் நீதிபோதக சமயத்தை யாவருக்கும் பயன்படும்படி வெளியாக்கி பகிரங்கப்படுத்த முன் வாருங்கள். இப்பெரும் பிரயத்தினமே தற்காலத்தில் ஒப்புயர்வற்ற பேருபகாரச் செய்கையாகும். இதனால், பல இகபர நன்மைகள் நம் தமிழகத்திற்கு முண்டாகலாம். முயன்றால் இம்முயற்சி வீண்போகாது. இம்மதமே

மாநுடர் தன்மைக்குரிய பொதுமார்க்கமென்று அறியத்தக்கது.

ஆரிய மதமோ மநுஷஜாதியினரை வேறு வேறாகப் பிரிக்கும். திராவிட மதமோ ஒன்றுசேர்க்குமென்பது திண்ணம். இம்மதத்தின் பரிசுத்த அன்பாகிய நீரோட்டம் மனுக்குலமெங்குஞ் சென்று பாய்ந்தன்மை யுடையது. ஆரிய மதத்தின் அன்புநீர்ப் பெருக்கிற்குச் சுயநலப்பேற்றினால் அவ்வப்போது தடைப்படுத்தப் பட்டிருக்கின்றது. ஆதலால் இச்சமயமே இகலோக சமாதான ராச்சியம் என்பதற் கையமல்லை. ஆரியமதம் சதா சண்டை செய்கின்ற போர்க்களத்தை ஒத்திருக்கின்றது. இம்மதத்தின் சர்வ வியாபக அன்போ எங்கும் தங்கு தடையின்றிச் சென்று எல்லா மனிதர்களையும் கடவுளுக்குச் சம்பந்தப்படுத்திவிடும் என்பதற் கையமில்லை. சமயபேம் தெய்வ பக்திக்கு முற்றிலும் விரோதம். உலகமே நமது வீடு; மனுக்குலமே நமது குடும்பம்; கடவுளே நமது தந்தை; யாவரும் நமக்குச் சகோதர சகோதரிகளே ஆதலால் ஆரியக் கட்டுகளை வெட்டி யெறியுங்கள்; வஞ்சக சமயத்தைப் பலியிடுங்கள். யாவரையும் அன்போடு கூவி அழையுங்கள், பூர்வீக திராவிட மதத்திலிருந்து சிதறிப்போன கிறிஸ்து முகம்மதாதி மதஸ்தர்களையும், திராவிட சமயத்தைப் பின்பற்றக்கூடிய நிலைமையிலிருக்கின்ற ஜனாச்சாரச் சீர்திருத் தக்காரர்கள், பௌத்தர்கள், பிரமோபாசிகள் முதலிய மற்ற சமயத்தினர்களையும் ஒருங்கே பற்றியிழுத்து (அன்பு, ஐக்கியம், சமாதானம் முதலியவைகள் மேலிட்டு மாநுட ஜாதிய ஒன் றாய்க் கூட்டாநின்ற) இம்மதத்திலிருக்கும்படி ஒற்றுமைப் படுத்தினாலன்றித் தென்னிந்தியாவிற்கு மத விஷயத்தில் தற் காலத்திய புதுப்பலமொன்றுமில்லை. இனியாவது திராவிடர்கள் ஓர் வகுப்பாரை மட்டும் சிறப்பிக்கும் ஆரிய மதத்தை விட்டு ஜாதி சமயபேதமின்றிச் சகலருமே சமத்துவமாய்ப் பாராட்டக்கூடிய திராவிட மதத்திற்குத் திரும்புவதற்கு எல்லாம் வல்ல இறைவன் அருள் புரிவாராக.

அடிக்குறிப்புகள்

1. இந்நூலின் 9-வது பக்கத்தில் பின்வரும் அடிக்குறிப்பு உள்ளது ஆனால், அது எந்தக் கூற்றுக்கானது என்பதை அறிய இயல வில்லை:- பிரமனால் சிருஷ்டிக்கப்பட்டு வியாச பகவானால் சிக்கறுக்கப்பட்டதென்றும், இருப்பினும் வேதத்திற்கு, சுருதி, மறை, எழுதாக்கிளவி ஆதி நூல் என்னும் பல பெயர்கள் உளவென்றும் ஓதுவிக்கவும், ஓதவும், கேட்கவும் ஆகாதெனச் சில ஜாதியாருக்கும், பெண் பாலாருக்கும் மறக்கப்படுவதினால் "மறை" என்றும் ஓதல், ஓதுவித்தல் என்னும இரு தொழிற்கும் உரியவர் அந்தணராகையால் தங்களை மறையோரென்றும் தெரிகின்றது. வேதத்திற்காதி அந்தமில்லை யென்றால் இது இருப்பனவற்றுள் புராதானமான புத்தகம். அதாவது எழுதின காலம் தெரியவில்லை யென்பதே பொருந்தும். எழுதாக்கிளவி, எழுதொணாமறை என்பதுவும் ஈசுரனே சொல்லியருளிய தென் பதுவும், ஈசுரனே திருவாய் மலர மற்றவர் எழுதிக்கொண்ட தென்பதுவும் உபசார வழக்கேயன்றி வேறில்லை. விரிக்கிற் பெருகுமென விடுகின்றேன்.

2. ஆரியர் ஈண்டு வந்ததின் பின்னரே திராவிட சமயத்திலும் அவர்களது சாஸ்திரங்களிலும், தத்துவ ஆராய்ச்சிகளிலும், மதக் கொள்கைகளிலும் கலந்து மத சம்பந்தமான புதுப் புத்தகங் களைப் பெருக்கியிருக்கின்றனர் என்பதை ஆட்சேபிப்பதற் கில்லை. ஆரியருக்குப் பின்னர் சமணரும், பௌத்தரும், சைவ வைணவர்களும் ஒருவர்பின் னொருவராய்ப் பற்றி பல புது நூல்களியற்றிக் கடைச்சங்கத்தின் காலத்திற்றானே பல வட சொற்களையும் அவர்கள் மதக் கொள்கைகளையும் அபரி மிதமாய் நூழைத்துவிட்டனர். பிங்கலந்தை முதலிய நிகண்டு களிலே தெய்வப் பெயர்த் தொகுதியிலும், மக்கட் பெயர்த் தொகுதியிலும், வட சொற்கள் விசேஷித்தும், ஏனைய தொகுதி களில் வடசொற்கள் குறைந்து மிருப்பதற்கு மதத்தின் விபரீத அபிவிர்த்தி அநேகமாய் பிற்காலத்தில் ஆரியராலயே செய்யப் பட்ட தென்பதற்கோர் அத்தாட்சியாயினு மாகலாம். சைவை வைணவ சமய நூல்களாகிய தேவாரம், திருவாசகம், நாலா யிரப்பிரபந்தம் முதலிய நூல்களாலும், பாரத இராமாயணாதி புராணேதிகாசங்களாலும், வடசொற்கள் இன்னும் அதிகரித்தன. ஆதலின் ஆரியர் வந்தபின்பு நமக்குண்டான முக்கிய பிரயோஜனம்

வடமொழியின் கலப்பொன்றுதான் என்று தெளியத்தக்கது. தமிழ் முன்னூல்களைப் பார்க்கப் பார்க்க வடசொற்கள் குறைவு படுகின்றன. இதனால் ஓர் காலத்தில் இத்தமிழகத்தில் தனித் தமிழும், தமிழ் நூற்களும், தமிழ் மதமும் அவர்கள் வழக்க பழக்கங்களும் ஜாதி சமயாசாரங்களும் இருந்திருக்க வேண்டு மென்று எவர் மனத்திற்குத்தான் படாமலிருக்கின்றது. ஆரியமதம் வேருன்றியபோது கல்வி மேம் பாடுற்றுள்ளது. ஆரிய முனிவரின் சிஷ்டாசாரமும் ஓங்கியது அக்காலமே. தமிழ் மக்களும் எதிர்த்த குணத்தைக் காட்டிப் புதிதாய் வந்தவரைப் போற்றிப் புகழ்ந் தனர். இத்தகைய காரணங்களினால் ஆரியருக் கோர்விதத்தில் தமிழ்நாட்டில் தலைமை ஸ்தானமேற்பட்டது. பூர்வ குடிகளாகிய திராவிடர்களோ தலைமைக்குப் போட்டிப்போடாது எதார்த்த மாயிருந்து நாளடைவில் க்ஷீணித்து இறுதியில் ஏவல்செய்து ஜீவிப்போராகவும் விவசாயஞ் செய்வோராகவும் மாறிவிட்டனர். பிராமணரின் பிரயோ ஜனார்த்தமாக சைவ, வைணவ ஆலயங்கள் எங்கும் பெருகின. புராணங்களும், பிரபந்தங்களும் புது வழியில் அதிகரித்தன. லௌகீக வாழ்க்கையைத் திராவிடர்கள் வெறுக்கவாரம்பித்தனர். வர்ணாசாரம், மதாசாரம் புது வழியில் பிரபலித்தன. பூர்வ குடிகளாகிய திராவிடர்கள் ஒரே நிலைமை யிலிருந்துவிட்டனர். தமிழ்நாட்டில் ஆரியரால் மதவிஷயத்தில் ஓர் விதத்தில் ஏற்றமும் மற்றோர் விதத்தில் ஜாதிசமயாபிமானமும் மேலிட்டு பல கெடுதிகளும் வியாபித்தன. திராவிடர்கள் நெடு நாளாய் நாகரிக வளர்ச்சி குன்றி ஒரே தம்மை யடைந்ததற்கு இதுவே காரணம். பழைய திராவிடர்களுக்குள்ள மத நிலை மையை நன்கறிந்துகொள்ள அவ் வப்போது வழங்கி வந்திருக் கின்ற தமிழ் சொற்களின் ஆராய்ச்சியும் அவ்வப்போது பிறந்த தமிழ் நூற்களின் ஆராய்ச்சியும் அவசியமென்பதற் கையமில்லை.

3. மதமென்றால் கொள்கை, அறிவு, பெருமை முதலிய நல்ல அர்த்தத்தோடு வெறி, கொழுப்பு, செருக்கு, உட்பகை, பைத்தியம், விகாரம் என்னும் விபரீத அர்த்தங்களுமுள. இந்த அர்த்தங்களுக் கேற்றபடியே திராவிடர்களுக்குள்ளும் வெவ்வேறு மதங்களாய் மாறின. இம்மட்டோ பூர்வம் தொழில் வேறுபாடேயன்றி இந்நாட்டில் ஜாதிகுல வேறுபாடுகளில்லை, சமய பேதங்களுமில்லை. ஆரியர் வருவதற்கு முன்னரே சுக வாழ்விற்கு இன்றியமையாத பல சௌக்கியங்களும், பரிசுத்த ஆஸ்திக மதமும், நல்லொழுக்கமும், நாகரிகமும் பொருந் திருந்தனர். ஆதியிற் குடியேறின ஆரியர்கள் மகோன்னத ஸ்திதியிலிருந்து திராவிடர்களிடத்தில் அநேக விஷயங்களைக் கற்றுத் தெளிந்தும், வட மொழியைச் சமயானுகுணமாகத் திருத்திக்கொண்டும், பின்னால் பல விதத்திலும் அபிவிர்த்தி படைத்துள்ளார். வடமொழியைத் திருத்தினதும் அப்பாஷையிலே

பல புத்தகங்களை எழுதினதும் பொய்யென்று சிலர் சொல்லவுங் கூடும். சைவ சம்பந்தமான அறுபத்துமூன்று நாயன்மார்களும் வைணவ சமயாசாரிகளாகிய பன்னிரண்டாள்வார்களும் பேசின பாஷை எது? அவர்களிருந்த இடங்களெவை? அவ் விவகாரங்கள் கூட தேவ பாஷையாம் சமஸ்கிருதத்திலிருப்பதற்கு நியாய மென்ன? ஆகையால் திராவிட தேசபாஷையிலுள்ளதையும், தேச விவகாரங்களையும் ஆரியர் எழுதிவைத்துப் பெருக்கிக் கொண்டதும் கற்றுத் தெளிந்ததும் பொய்யெனில் ஒருபோதும் பொருந்தாது. இவ்வண்ணம் திராவிடர்களிடம் ஆரியர் முதலில் கற்றுக்கொண்டதுபோய் பின்னால் அவர்கள் கற்றுக் கொடுப்போராகி சகல ஜாதியார்களுக்கும் குரு ஸ்தானமாகி எவ்வழியிலும் திராவிடர்கள் கடைத்தேறாவண்ணம் வர்ணாசிரம தர்மமென்னும் நிர்ப்பந்த சட்ட திட்டங்களை யேற்படுத்தி திராவிடருக்கில்லாத பிம்பாராதனை செய்ய வழிகாட்டினார்கள். அவர்கள் இடைவழியிற் கற்பித்த அர்ச்சையைப் பிடித்துக்கொண்டிருக்கிறார்களேயன்றி இத்தேசத்தார் பூர்வீக நல்ல வழக்கங்களை அனுசரிப்பதில்லை. ஆரியர் ஈண்டுவருவதற்கு சூத்திரரென்னும் பதமே தமிழிலிருந்திருக்கவில்லை. இப்பதம் ஆரியர் முதலில் குடியேறிய தேசத்திலே இருந்த தாழ்ந்த ஜனங்களுக்கு ஒருவாறு இட்டு வழங்கியிருக்கலாம். அப்படிப் பார்ப்பினும் ஆரிய சூத்திரருக்குச் சூத்திரரென்னும் பெயர்பொருந்துமே யன்றி மற்றவர்கட்டு அப்பெயர் பொருந்தாது. திராவிட தேசத்திலே வேளாளர் முதலியவர்கள் நன்னிலையிலிருந்துள்ளார்கள். பள்ளர், பறையர் முதலியவர்கள் இவர்கட்குப் பணி செய்தனர். இப்பறையர் முதலியவர்களுங்கூட இத்தேசத்திலே தாழ்ந்த ஜாதியின ரென்பதற்கில்லை. உயர்ந்தவரே யாவர். இத்தகைய உயர்வு தாழ்வுகளெல்லாம் ஆரியர் காலத்திற்குப் பிற்பட்ட கொள்கை என்பதற் கையமில்லை. அறிந்தும் அறியாதார்போல இன்னும் நாமிருப்பதென்னை. சூத்திரர்களுக்கென்று அவர்கள் காட்டிய வழியிலேயேயிருந்து மெய்வருந்தித் தேடிய பொருளை அந்தணரென்போர்க்கு மட்டும் தானஞ்செய்து அன்னோர் எவயேயாயினுஞ் சரி அவர் காலில் வீழ்ந்து அடிபணிந்திருக்க வேண்டுமென்பது அவர்களில் அநேகருக்குக் கருத்தேயன்றி அவர்களுக்குச் சமத்துவமாய் இந்திய அன்னை வயிற்றிற் பிறந்த சகோதர சகோதரிகள் யாவருமே இருக்க வேண்டுமென்கின்ற நல்லெண்ணமிருப்பதாய்த் தோன்றவில்லை. அவர்கள் கௌரவம் எந்நாளும் சாஸ்வதமாய் நிலைப்பதற்கே பல கட்டுக் கதைகளாகிய புராணங்களை எழுதி புராண பிரபலத்திற்கும் காரணபூதராயினர். நாகரிமான இக்காலத்திலுங்கூட அவர்களிற் சிலர் சுயநலங்கோரி கற்பித்த வழியே இருக்கவேண்டுமென்று சொல்வார்கள். ஆரிய மதாசாரமனைத்தும் வஞ்சனையுடையதல்லவென்றும், கோயில்களி

லிருக்கும் பிம்பத்தைப் பிராமணர்களும் பூஜிக்கிறார்களே யென்றும், ஆதலால் அர்ச்சை சிஷ்டாசாரமேயென்றும் சிலர் சொல்லக்கூடும். ஆனால் எல்லாப் பிராமணர்களும் அங்ஙனஞ் செய்யவுமில்லை. எழுதி வைக்கவுமில்லை. யாதோ சுயநலங் கோரியே சிலர் மட்டும் விக்கிரகதைத் தொழூகின்றார்களேயென்றி வேறில்லை. இருப்பினும், பிராமணர்களே மெய் ஞானிகளென் பதற்கு அறிகுறியாக மூன்றே வேளையும் பிரமகாயத்திரி மந்திரங் களை ஜெபித்துக்கொண்டு மற்றவர்களையும் அங்ஙனமே செய்யச் சொல்லாது விக்கிரகாரதனைசெய்ய பழைய கிரந்தங்களில் விதி களொன்றுமில்லை. விதிகளில்லாதபோது விக்கிரகாராதனை யிருந்திருக்க நியாயமில்லை. இருப்பின், நாம் பின்பற்ற வேண்டி யதே. தொல்காப்பியரும் திருவள்ளுவரும் மற்றப் பெரியோர் களும் சுரனைப் பொதுவாகத் தியானித்தேயுள்ளார்கள். சைவத்தில் நாயன்மார்களும் வைஷ்ணவத்தில் ஆள்வாராதிகளும் சைவை வைணவ கோயில்களிலிருக்கும் பிம்பங்களைப் பற்றி பாடியிருக் கின்றார்களே. அவைகளே விக்கிரகாராதனைக்கோர் ஆதார மன்றோ யெனில் அவைகளெல்லாம் ஆரியர் வந்தபின வெகு காலத்திற்குப் பிற்பட்ட சமீபகால விவகார மாகையால் ஆதார மாகாது. இதுவுமன்றி அவர்கள் பிரமக்கியான விசாரணையில்லா ஞானசூன்யர்களாவென்று சிலர் வினவக்கூடும். அவர்கள் தீர்க்க விசாரணையுள்ளவர்களே யென்று வைப்பினும் அவர்கள் காலத்திலுங்கூட விசாரணை குன்றிய ஜனங்கள் பலரிருந்து அவர்களை அதைரியப்படுத்தியிருக்கக்கூடும். ஜனங்களிருக்கும் நிலைமைக்குத் தக்கபடி பற்பல பாடல்களைப் பாடி காலத்திற்குத் தக்கபடி யிருந் திருப்பார்கள். இருப்பினும் அவர்கள் அருளிச் செய்த சில பாடல்கள் ஆழ்ந்த கருத்தையும் புதை பொருளையும், தத்துவ ஞானத்தையும் பிரமத்தியானத்தையும் நமக்கு எக்காலத் திலும் ஊட்டக்கூடியவைகளா யிருக்கின்றன. ஆதலால் சர்வ சமய சமரசமாக பிரமஞானத்தை மட்டும் நமக்குப் போதிக்கக் கூடிய பாடல்களை நாம் போதிக்கவேண்டும். தீயவைகளை நாம் விலக்க வேண்டும்.

திருவாசகம்

"நிலநீர் நெருப்புயிர் நீள்விசும்பு நிலாப்பகலோன்
புலனாய மைந்தனோ டெண்வகையாய்ப் புணர்ந்துநின்றா
னுலகேழெனத் திசை பத்தெனத்தா னொருவனுமே
பலவாகி நின்றா தோணோக்க மாடாமோ.
சுந்தரத் தின்பக்குயிலே சூழ்சுடர் ஞாயிறுபோன்று
மந்தரத்தேநின் றிழிந்திங் கடியவ ராசையறுப்பான்
முந்து நடுவு முடிவுமாகிய மூவரறியாச்
சிந்துரச்சே வடியானைச் சேவகனை வரக்கூவாய்"

திருவாய்மொழி

உயர்வற வுயர்நல னெவனவன்
மயர்வற மதநல மருளின னெவனவன்
துயரறு சுடரடி தொழுதெழென் மனனே
திருமா னான்முகன் செஞ்சடையா னென்றிவர்க ளெம்
பெருமான் தன்மை யாரறிகிற் பார்பேசி யென்
னொருமா முதல்வா வூழிப்பிரா னென்னையா ளுடையக்
கருமா மேனிய னென்பனென் காதல் கலக்கவே.

இத்தகைய பாடல்கள் அநேகமுள. விஸ்தீரணத்திற் கஞ்சிவிடு கின்றேன். விருப்பமுள்ளவர்கள் திராவிட புத்தகங்களிலே ஆங்காங்கு கண்டு தெளியலாம். திராவிட வேதமெனப் புகழப் படும் திருக்குறளிலே சகல மதஸ்தரும் அநுசரிக்க வேண்டிய சமரச ஞானம், சன்மார்க்கப் பிரவர்த்தனம், சர்வஜனம் சகோதர வாச்சல்யம், சித்த சமாதானம் முதலிய பல குணங்களை நமக்குக் கற்பிக்கும்போது அதனினும் தாழ்ந்த கிரந்தங்களின் ஆதாரங்கள் நமக்கேன்! அன்னிய மதப்பற்றேன்! பகையேன்! "திருவள்ளுவர் மதமே" திராவிட மதம். இத்திராவிட மதமே பிரபஞ்சத்தின் சமரச மதம். இத்தகைய நூல்களைப் பின்பற்று வதினால் திராவிடர் முதல் யாவருமே ஒரே மதம், ஒரே குடும்பம் என்று சொல்லும்படியான அத்தகைய உத்தம ஒற்றுமையை நமக்குண்டாக்குமே. திருக்குறளின் உட்பொருளும் மற்றச் செம்பொருளான தமிழ் நூல்களின் நற்கருத்துகளும் எல்லாச் சாதியாருக்கும், எல்லாச் சமயத்தினருக்கும் இன்றியமையாது வேண்டற்பாலதே. ஜனங் களியல்பு காலங்கடோறும் வேறுபாட டைவதுபோல மதங்களும் அவ்வாறே வேறுபாடடையும் இயல் பினவென்று அறிந்தே திருவள்ளுவர் முதலிய திராவிட மகான்கள் மதவிஷயத்தில் சகல மதஸ்தர்களுக்கும் பொதுவாயிருக்கும்படி சொல்லி யுள்ளார்கள். பூர்வீக திராவிடர்கள் மதமும் இத்தகைய நன்னிலையிலிருக்கும் போது நாம் இடையில் வந்த தகாத வழியை ஏன் பின்பற்றவேண்டும்.

4. ஆரிய சமயாசாரத்தைப் பின்பற்றியபின் நமக்குச் சுவர்க்க நரகத்தைப் பற்றிய விநோத வர்ணைகளும், புராணேதிகாச ஆதாரங்களும் பல ஏற்பட்டன. நரகமென்னும் பாதாள லோகத்திலே கருத்த முகமும் பருத்த விழிகளும், உறுத்த பார்வையும், சிவந்த கண்களும், வளைந்த தந்தங்களும், வெடித்த சொற்களும் உடைய இவர்கள் இரக்கமென்பது எள்ளத்தனையுமில்லாத எமபடர்கள் பலர் உளரென்றும், அன்னோர் பாவிகளாகிய நம்மை வெட்டுவித்தும், குத்துவித்தும்,

அடிப்பிட்டும், அவயவப் பழுது செய்வித்தும், விஷ ஜெந்துக்களை
விட்டுக் கடிப்பித்தும், நெருப்பிற் காய்ந்த எண்ணெய்க்
கொப்பரையிற் போட்டுப் பொறித்தும் இன்னும் இவ்விடத்தில்
எழுதொணாத பலவித இம்சைகளைச் செய்தும், செய்வித்தும்
வருவாரென்று பௌராணிகர் எழுதிவைத்துள்ளார்கள். இத்தகைய
பயங்கரமான வர்ணிப்புகளும் வேண்டியதே எனவும் இன்றேல்,
உலகத்தினர் பயப்படார்களெனவும் சொல்வாருமுளர். யாவரையும்
அறியாக் குழந்தைகளாய்ப் பாவித்துப் பூச்சிக்காட்டுவதுபோல்
பொய்க்கட்டுக் கதைகளைக் கற்பித்து அச்சுறுத்துவது சரி
யல்லவே. எப்படிப் பார்ப்பினும் இப் பயங்கரமான வர்ணிப்புகள்
பாமர ரஞ்சிதமே யன்றிப் பண்டிதரஞ்சிதகாமாதென்பது திண்ணம்.
பூர்வீகத் திராவிடக் கிரந்தங்களிலிருந்து இத்தகைய ஆதாரங்க
ளெடுத்துக் காட்டுவோரிலர். தருமத்தினின்று தவறியவர்களுக்குத்
தக்க தண்டனை செய்து தர்மத்தைக் காத்தலால் எமனுக்கு வட
மொழியில் தர்மனென்றே பெயரென்றும், இவன் மகனே தர்ம
ராஜனாக வந்துதித்தா னென்றும், இத்தகையோனுங்கூட ஓர்
சமயம் உபயார்த்தமாய் "அசுவத்தாமா இறந்தான்" என்று பொய்
சொன்னதால் நரக வேதனையைத் தன் கண்களால் சென்று காணும்
படி நேரிட்டதென்றும் சொல்லாகின்ற அருந்த புராண வரலாறுகள்
போன்றவைகள் ஆரிய நூல்களிலேயே எங்கும் பாக்கக்
காணலாமேயன்றி திராவிட கிரந்தங்களில் காண்பதரிதாகும்.

5 அவ்வுடன்கட்டையேறின சிற்சில விடங்களிற்றானே அழகிய
கோயில் களைக் கட்டி இறந்த சாதாரண மானிடர்களைத் தெய்வீக
மாக்கி எவரும் வணங்கவேண்டுமென்று போதித்து அவைகளால்
வரும் வரும்படியைக்கொண்டு சுகமாய் ஜீவிக்கவும் ஆரம்பித்
தனர். மதுரை, திருப்பதி, திருவொற்றியூர், திருவண்ணாமலை,
முதலிய திவ்ய ஸ்தலங்கள் இங்ஙனம் உடன்கட்டையேறின
சமாதிகளாகக் கருதுகின்றனர் சிலர். ஸ்ரீராமர், ஸ்ரீகிருஷ்ண
பகவான், கஞ்சி வரதராஜர், தில்லைகோவிந்தராஜர், திருப்பதி
வெங்கடாசலபதி, மதுரை சோமசுந்தர பாண்டியன், காசிவிஸ்வ
நாதர், திருவொற்றியூர் தியாகராயர், பழனி செங்கல்வராயர்
முதலியவர்கள் ஓர் காலத்தில் வாழ்ந்துகொண்டிருந்த மாநுடர்
களேயன்றித் தெய்வங்களல்ல. கைப் புண்ணிற்குக் கண்ணாடி
யேன்? பிற்காலத்தவர் இத்தகையார்கள் பேரில் சரமகவிகள்
பாடி பின்னுஞ் சிறப்பித்து அவர்கள் இருந்த விடத்திற்கு
ஸ்தலபுராணங்கள் என்னுமோர் பெரும் பெயரை யுண்டாக்கி
இறந்துபோன மனிதர்களைக் கடவுளவதாரமென்றும், இன்னின்ன
காரணங்களுக்காக அவர்கள் அவதரித்தார்களென்றும், அவர்கள்
உயிரோடிருக்கும்போது மாநுடருக்கு மிஞ்சின பல அற்புதக்
கிரிகைகளைச் செய்தார்களென்றும் கற்பிதக் கதைகளால் விவரித்து

திராவிட தேசத்திலுள்ள பூர்வீக தத்துவ விசாரணைக்கு இடையூறுண்டாக்கினர். நாம் இங்ஙனம் ஆரியர் வருவதற்கு முன்னும் பின்னுமுள்ள பூர்வீக திராவிட சரித்திரவரலாறைப் பற்றி எழுதும் போது இத்தேசத்தினிடையில் வந்த சைவ வைணவ சமயாபிமானிகள் திராவிட தேசத்தின் சரித்திர வுண்மையை மட்டும் கிரகிப்பது தர்மமேயன்றி வீணே என்பேரில் மதாவேசத்தால் உண்டாகும் ஓர்வித அசூயைக்கு இடங்கொடுத்துக்கொள்வதினால் பயனொரு சிறிதுமில்லை. யாதொரு மதாவேசத்தால் தூண்டபெறும் மனச்சான்றுக்கு விரோதமாய் வேண்டுமென்றொன்றும் எழுதவுமில்லை. இப்பொழுதிருக்கும் கோயில்களையெல்லாம் இடித்து யாவரும் நாஸ் திகராக வேண்டுமென்பதல்ல, சமநிலைச் சித்தமுடையவர்களும், தத்துவ விசாரணையுள்ளவர்களும் நமது கோயில்களைப் பலவாறு நாகரிகமுள்ள இக்காலத்திலே உபயோகப்படுத்தலாம். கோயில்களெல்லாம் சமாதி யென்பது என் கருத் தல்ல, தற்காலத்திலே பஜனை மடங்களும், பிரம்மோபசனா மண்டபங்களும் கட்டப்படுவதைப்போலவே சில கோயில்கள் ஈஸ்வராராதனைக்கென்றே கட்டியிருக்கலாம். யாவும் தேவாலயங்களே யெனினும் சிலவற்றை நாம் சமாதியென்று எடுத்துக் காட்டுவதற்கு ஆதாரங்களுள. நாம் முற் குறித்தவைகளுக்கு ஸ்தல புராணங்களில் ஆதாரமில்லையென்பாராயின் புராண கற்பனையினால் உண்மை ஒருக்கால் மறைக்கப்பட்டிருப்பினும் இருக்கக் கூடும். நமது கொள்கையை ஒப்புக்கொள்ளாது சைவ வைண ஸ்தலங்கள் யாவுமே சுயம்பாகவே உண்டானவைகளென்று சொல்லினுஞ் சொல்வர். ஆனால், சுயம்பாய் உண்டான கோயில்கள் என்பது மட்டும் மன யூகைக்கும் தர்க்கத்திற்கும் பொருந்தி வராது. ஆங்காங்குள்ள சைவ வைணவ ஆலயங்கள் மனிதர்களால் வருந்தி கட்டப்பட்டு அவைகளிலே கடவுளைப் பிரதிஷ்டை செய்வித்துப் பூசிப்பது இரகசியமான விஷயமல்ல. தேவ தச்சனால் கோவில்களுண்டாகி, கோபுரங்கள் மண்டபங்கள், மதில்கள், நந்தவனங்கள் முதலிய யாவுமே சிற்பசாஸ்திரப்படி அமைந்து விடுதல் முற்றிலும் அசம்பவம்.

நம் பணம் பாழாகிறதென்றால் எச்சைவ வைணவனுக்குத்தான் கோபமுண் டாகாதெனச் சிலர் நினைக்கக்கூடும். சின முண்டாக்க வேண்டு மென்பது நமது கருத்தல்ல. சரித்திர விருத்தாந்தத்தைச் சொல்லுகிறோமே யன்றி வேறில்லை. ஆரிய மதத்தை நிலைநிறுத்த பலவித தந்திரோபாயங்கள் செய்யப்பட்டன வென்பதை ஞாபகப் படுத்துகிறேனே யன்றி வேறில்லை. ஆரியர் இங்ஙனம் என்ன முயற்சி செய்தும் பலர் பௌத்தர்களாகவே யிருந்தமையால் யாவரையும் ஆரிய மதத்திற்கிழுக்கப் பின்னும் தாந்தரீக ஆகமாதி கிரந்தங்களை விஸ்தரி தெழுதுவாராயினர். சிவபெருமான்

பார்வதி தேவியாருக்குச் சல்லாப ரூபமாய்ப் போதித்ததாய்ச் சொல்லப்பட்டிருப்பதாகவும், புத்தர் தமது சீடர்களுக்குச் சொல்லப் பட்டிருப்பதாகச் சொல்லவும், இவைகளை அநுசரித்து சைவ வைணவ சமயத்தார் பலரும் எழுதிய புத்தகங்களும், தாந்தரீக கிரந்தங்களுக்கு நிதர்சனங்களாகும். இவற்றினு தவியினால் நம் நாட்டில் பிற்காலத்தில் விக்கிரஹராதனையும், நித்திய நைமித்தியாதி பூஜைகளும், இரதோற்சவங்களும், வேசிகள் நடனமும், வேடிக்கை விநோதங்களு மதிகரித்தன. கோயில் களுக்கு ஆடையாபரணம், மேள தாளங்கள், மனிதர்களுக்கிருக்கிற படியே சுவாமிகளுக்கும் மனைவி, மக்கள், படுக்கை, வாகனம், முதலிய வைபவங்களும் அதிகரித்தன. வல்லபாசாரிகளுடையே கோவிலென்னும் ஸ்தலத்தில் சுவாமிக்கு எட்டுத் தடவை பூஜை ஆவதுண்டாம். காலையில் மங்களசேவை, அதாவது இராத்திரி தூங்கின சுவாமியைப் படுக்கைவிட்டெழுப்பி ஸ்நானமும், ஆடையாபரண அலங்காரமுஞ் செய்து பின்னர் வணங்கல். அதன்பின்னர், எட்டுமணிக்குச் சிக்காரச் சேவை, அதாவது சுவா மிக்கு தைலக்காப்பிட்டு அபிஷேகஞ் செய்வித்து, வஸ்திராபரனந் தரிப்பித்துச் சிங்காசனத்தின்பேரில் வைத்துப் பின்னர் வணங்கு வதாகும். மத்தியானம் சுவாமி பசுக்களை மேய்த்துக் கொண்டு இடையரோடுகூடி வனத்திற்கு மாடு மேய்க்கப்போகும் பாவனை. அதன் பின்னர் இராஜபோக சேவை, அதாவது மாடுகளை மேய்த்துக் களைந்துவந்த கிருஷ்ணனுக்குச் சகல போஜனங் களையும் வைத்துப் படைத்து வணங்குதலாகும். அதன் பின்னால் மூன்று மணிக்கு உண்ட களைப்பாற சற்றுப் படுத்துறங்கி இளைப்பாறுஞ் சேவை, இதன் பின்னர் சுவாமிக்குச் சிற்றுண்டி வைத்து பூஜித்தல், உலாத்தல் முதலிய திவ்ய சேவகளுமுள. இவையெல்லாம் ஆனபின்னர் மாலையில் சுவாமிக்கு இராத்திரிக் கேற்ற வுடை தரித்து பூஜித்து லென்பதாகும். எட்டவாது சேவை சயனம். கிருஷ்ண விக்கிரகத்தைப் படுக்கவைத்துப் பக்கத்தில் தாம்பூலாதிகளை வைத்துப் பூஜித்தலாகும். ஆரிய உபதேச மகிமையால் நமக்கேற்பட்ட தென்னிந்திய தேவாலயங்களிலும் இத்தகைய சேவையுண்டு. நமது தென்னாட்டின் சரித்திர விவகார சேவைகளின் பெருமைகளை நான் விவரிக்காமலேயே அவரவர்களே யூகித்துக்கொள்ளுமாறு விட்டு விடுகின்றே. இவ்விடத்திலும் சைவ வைணவக் கோயில்களிருக்குஞ் சுவாமிகள் பள்ளியறைக்குச் சென்றபின் மறுநாள் அவ்வறையெல்லாம் கமகமவென்று வாசனை வீசுதல் அற்புதம் அற்புத மென்பர். அத்தர், பன்னீர், செண்ட், புனுகு, சவ்வாது பலவித புஷ்ப வகைகள் முதலியவைகளைப் போட்டிருப்பின் கமகம வென்று மணக்கக் கேட்பானேன்? இதில் தெய்வீகப் பெருமையென்ன விருக்கின்றது. இவ்வண்ணம் கோயில்களில் தினத்திற்குப் பல

பூஜைகளிருப்பதுவுமன்றி, வார உற்சவம், மாத உற்சவம், வருஷோற்சவங்களும் பலவுள. நம் தேசத்தில் எங்குமே இத் தகைய வேடிக்கை விநோதங்களை அதிகரித்து வருகின்றன. சில விடங்களில் கடவுளை மனிதர்களிலும் மிக்க கேவலமாய்ப் பாவித்து வணங்கி வருகின்றனர். இன்னும் கேள்வியிலும் வதந்தி யிலும் இருக்கிற விஷயங்களை யெல்லாம் எடுத்து விரிப்பின் பெருகுமென விடுகின்றேன். ஆரியரால் முற்றும் கெடுதி யென்றியம்புவதற்குமில்லை. அவர்களால் எங்குமே கோயில், கட்டடங்கள், கோபுரங்கள், அவைகளால் சிற்பத்தொழி லபிவிர்த்தி சிற்பசாஸ்திராபிமானம், பலவித வாத்தியங்கள், அவைகளால் ஓர் விதத்திலிலுண்டாகும் சங்கீத ஞானம், அதன் பயிற்சி முதலியவைகள் உண்டாகியதும் ஓர் விதத்திலுண் மையே. இதற் கெதிர்மறையாக திராவிட தேசத்தில் மூட பக்தியும் சாதி சமயத் தொல்லைகளும் பிறவும் விருத்தியான தையும் நாம் ஒழிப்பதற்கில்லை. பழைய காலத்து குருநில மன்னர் களுக்குப் பிராமணோபதேசமே குருவுபதேசமாக விசேஷித் திருந்த படியால் சொன்னதை யெல்லாம் நம்பினார்கள். இக்காலத் திலும் அங்ஙனமே நம்பவேண்டுமென்கிற நியாயமொன்று மில்லை. பிராமணர்களைப் பூர்வீக திராவிட அரசர்களும் பிறரும் அன்போ டாதரித்து வந்ததற்குப் பிரதியுபகாரமாக அவ்வரசர்கள் இறந்தபின் அவர்களைப் பிராமணர்கள் தெய்வீக மாக்கிவிட்டார்கள். இப்பொழுது ஒருவரும் நம்மை தெய்வீக மாக்க மாட்டார்கள். ஓர் அரசனிருந்தால் அவன் பிரத்தியக்ஷ தெய்வமென்று எங்கும் வதந்தி யெழுப்பி அவர்கள் பின் சந்ததியார்களைக் கொண்டு அவர்கள் பெயரால் கோவில்களைக் கட்டிவித்து அவற்றிற்கு வேண்டிய மாநியங்களையும் விடச் செய்து அவைகளின் வரும் படியைத் தாங்களனுபவித்து தங்கள் பின் சந்ததியாரையும் அனுபவிக்கச்செய்து இறந்து ராஜ னாகிய கடவுளுக்கு அவரவர் சரித்திர விவகாரங்களையொட்டி யாம் முன்னமே கூறியவண்ணம் விவாகமென்றும், சுபசோபனங் களென்றும், பள்ளியறைக்குச் செல்லுதலென்றும், காலை மாலை போஜனமென்றும், அர்ச்சனை அபிஷேகங்களென்றும், சுவாமி தரிசனமென்றும் தரிசனஞ் செய்துகொள்ள இவ்வளவு பொருள் காணிக்கை கொடுக்க வேண்டுமென்றும், சித்திய நைமித்தியாதி பூஜைகளாகிய இன்னின்ன கிரியைகளுக்கு இன்னின்ன பதார்த் தங்கள் வேண்டுமென்றும் விதிவிலக்குகள் ஏற்படுத்திப் பொருளைக் கிரகிப்பாராயினர்.

ஆவேச வணக்கம்

கனம். கார் ஐயர்

“திருநெல்வேலி நாட்டில் ஆவேச வணக்கம்” என்ற பொருளின்பேரில் கனம்: கார் ஐயரவர்கள் நாளது மாச “இந்திய வாலிபர்” என்னும் ஆங்கிலேயே பத்திரிகைக்கு எழுதியிருப்பதின் சுருக்கத்தை இச்சஞ்சிகையின் ஓர் பாகத்தில் பிரசுரித்திருக் கின்றோம். அவர்கள் சொல்லிய திருஷ்த்டாந்தங்கள் யாவும் அவர்கள் முகரூபில் திட்டமாய்ப் பார்ப்பதும், நன்றாய் விசாரணை செய்து காரியை உண்மையையறிந்த விஷயங்களாம். வெள்ளிக் கிழமை, செவ்வாய்க்கிழமை, கருக்கல் நேரம் வெளியேபோக ஜனங்கள் பயப்படுவது யாவருக்கும் தெரிந்த விஷயமே. “அருண்டவன் கண்ணுக்கு இருண்டதெல்லாம் பேய்” என்னும் தெரிந்த முதுமொழியே. இவை எதைக் குறிப்பிடுகின்றன? ஆவேச அச்சம் அறியாமலே ஜனங்களைப் பற்றிக்கொண்டிருப்பது இதற்கு காரணமோ? ஜீவனுள்ள தேவன் மேலுள்ள உறுதியான விசுவாசமே சகல பயத்தையும் நீக்கும் மாற்று.

தென் இந்தியாவிலுள்ள பட்டி தொட்டிகளைப்போல மற் றெந்த இடங்களிலும் ஆவேச வணக்கம் அவ்வளவு சிரத்தையாய் நடக்குமோ என்பது சந்தேகம். இந்து மார்க்கத்தின் சாரம்சம் இயற்கை வணக்கம். மனுஷரை வணங்குவதும், மரித்துப்போன வருடைய ஆவியை வணங்குவதும் இயற்கை வணக்கத்திலிருந்து விர்த்தியாகியிருப்பது விந்தையே. இந்து மார்க்கமானது எப்படிப் பட்ட வணக்கத்தையும் தன்னோடு சேர்த்துக்கொள்கிறது. பிதா, குமாரன், பரிசுத்தாவி ஆகிய திரியேக தேவனுடைய லட்சணம் பிரமா, விஷ்ணு, சிவா முதலியவர்களுக்கும் உண்டு என்று மாத்திரம் கிறிஸ்தவர்கள் ஒப்புக்கொண்டால், இந்து மார்க்கம் கிறிஸ்துமார்க்கத்தையும் தன்னோடு சேர்த்துக்கொள்ளும். ஆனால் ‘நானேவழி. என்னாலேயல்லாமல் ஒருவனும் பிதாவினிடத்தில்

வரான்' என்று இரட்சகர் சொல்லுகிறார். ஆகவே, கிறிஸ்து மார்க்கம் இந்துமார்க்கத்தோடு இணைக்கப்பட்டுப்போவது கூடாத காரியம். பூர்வீக ஆரியர் இந்து மார்க்கத்தை தென் இந்தியாவுக்குக் கொண்டு வந்தபோது, முன் இந்நாட்டிலிருந்த ஆவேச வணக்கமானது அதோடு சேர்ந்துகொண்டது.

மரித்துப்போன ஒரு மனுஷனின் ஆவி, அல்லது செத்துப்போன ஒரு மிருகத்தின் ஆவியானது, குறிக்கப்பட்ட எல்லையில் எப்போதும் இருக்கிறது, அதற்கு அதிக வல்லமை உண்டு என்பதே ஆவி வணக்கத்திற்கு மூலாதாரமான காரணம். இந்த ஆவிக்கு எப்போதும் நன்மையல்ல, தீமை செய்வதே தொழில். ஆனால் சாந்தி செய்தால் தீமை செய்யாது. இயற்கையாய் மனுஷர் சாகிறபடி சாகாமல், வேறு வகையாய் செத்த மனுஷரின் ஆவிக்கும் கீர்த்திபெற்ற மனுஷருடைய ஆவிக்கும் ஜனங்கள் பொதுவாய்ப் பயப்படுகிறார்கள். கனம். ராக்லண்டு ஐயரவர்கள் 1859-ம் வருஷம் ஒரு இரத்த நரம்பு வெடித்து சிவகாசியில் மரணமடைந்தார்கள். அவர்கள் அந்தப் பாகத்திலுள்ள இந்துக்களுக்கு நன்றாய்த் தெரியும். துன்பத்திலும் இடுக்கணிலும் அவர்கள் மிகவும் பொறுமையாயிருப்பார்கள். என்றாலும், மரித்துப்போன அவர்களுடைய மார்க்கத்தை அங்குள்ள மனுஷர் பின்பற்றினார்களா? இல்லை. அவர்கள் ஜீவியதைப் பற்றியும் நடக்கையைப் பற்றியும் அந்தப் பாகம் எங்கும் பிரஸ்தாபமாயிற்று. சிலர் மட்டும் கிறிஸ்தவர்களானார்கள். மிச்சமானவர்களோ கனம் ஐயரவர்கள் நல்ல நடக்கையிலும் பொறுமையிலும் சிறந்தவர்கள் என்று மட்டும் சொல்லி, மரித்துப்போன அவர்களுடைய ஆவியைச் சாந்தப்படுத்தாவிட்டால், அவர்கள் ஆவி தங்களுக்கு ஏதாவது கெடுதி செய்யுமென்று நினைத்து, அவர்கள் கல்லறைக்குப் பூமாலைகளையும் மற்றும் காணிக்கைகளையும் கொண்டுபோகத் தொடங்கினார்கள். ஆகையால் ஜனங்கள் அதனிடம் போய் அதற்குக் காணிக்கை செலுத்தாதபடியும், அதை வந்து பார்ப்பதினால் அதைத் தொழும் முக்கிய ஸ்தலமாக்காதபடிக்கும், அதைச் சுற்றிலும் ஓர் உயர்ந்த சுவர் கட்டவேண்டியதாயிற்று. இன்றைக்கும் அந்தச் சுவர் இருக்கிறது.

பாளையங்கோட்டைக்குத் தென் கிழக்காய், 25 மைல் தூரத்தில் ஏரல் என்னும் ஓர் ஊர் இருக்கிறது. அதில் கொஞ்சக் காலத்துக்கு

முன் அருணாசல நாடார் என்ற ஒரு இந்து மரித்தார். அவர் நல்லவர் என்று பெயர் பெற்றவர். நாகரீக விர்த்தியில் அபேக்ஷை கொண்டவர். அந்த இடத்து யுனியனுக்கு அவர் தலைமை யானவர். மூன்று அல்லது நாலு வருஷத்திற்கு முன்னே அவர் மரித்தார். மரித்தவுடன்சிலரைச்சுடுகாட்டில்சென்றுசுடுகிறதுபோல் இவரைச் சுடாமல், மண்ணில் திருவழுதி நாடான் விளையில் அடக்கம் பண்ணினார்கள். இவருடைய கல்லறை விசேஷமானது என்ற சத்தம் நாடெங்கும் தொனித்தது. தங்கள் வியாதி சுகமாகுமென்ற எண்ணமுடன் ஆயிரக்கணக்கான இந்துக்கள் அந்தக் கல்லறைக்கு யாத்திரை போனார்கள். அநேக கிறிஸ்தவர் களும் வழிதப்பி அங்கே போனது கிறிஸ்தவர்களாகிய நமக்கு மிகவும் துக்கமானதே. இந்தக் கல்லறையைப் பற்றிய பிரஸ்தாபம் நாடெங்கும் சென்றுகொண்டேயிருக்கிறது. அதுமாத்திரமல்ல, பாளையங்கோட்டையிலிருந்து தென்கிழக்காய் 33 மைல் தூரத்தில் கீழப்பண்டாரபுரம் என்னும் ஓர் ஊர் இருக்கிறது. அங்கே புதிதாய் கிறிஸ்துவ ஆலயம் ஒன்று கட்டப்பட்டிருக்கிறது. அதற்குச் சமீபத்தில் ஓர் கல்லெறி தூரத்தில் ஓர் புதிய இந்து பேய்க்கோவில் கட்டப்பட்டிருக்கிறது. காரியம் என்ன என்று விசாரித்தால், திருவேலத்தி நாடான் விளையிலிருக்கும் கல்லறையில் கொஞ்சம் மண்ணைக் கொண்டுவந்து, இந்தப் புதிய கோயிலில் வைத்து ஜனங்கள் வணங்குகிறார்கள் என்று தெரிய வரும். கல்லறையின் மண்ணுக்கு வல்லமை உண்டென்று அந்த ஜனங்கள் மனதில் பட்டிருக்கிறது. என்ன பரிதாபம்!

பாளையங்கோட்டைக்கு வடமேற்காய் 60 மைல் தூரத்தில் செய்த்தூர் என்னும் இடத்தில் ஓர் அடைப்பு இருக்கிறது. அங் குள்ள பூசாரியைப் பார்த்து, இது என்ன சுவாமி என்று கேட்கும் போது அவன் அந்த ஊரின் ஜமீன்தாரின் ஆவி என்று சொல்லு கிறார்கள். தனக்கு மரியாதை செய்து, தன்னைப் பற்றிப் பயப் படும்படியாக ஜமீன்தார் தான் உயிரோடிருக்கும்போதே அதை ஸ்தாபித்து, தான் மரித்த பின்னும் அந்த வணக்கம் நடந்துகொண் டிருக்கும்படியாகச் செய்து வைத்திருக்கிறார். என்ன ஆச்சரியம்!

சுவிசேஷபுரத்திற்குச் சமீபமாய் இரண்டு மைல் தூரத்தில் இட்டமொழி என்னும் ஓர் ஊர் இருக்கிறது. அந்த ஊருக்கும்

கடலுக்கும் ஐந்துமைல் தூரந்தான். அநேக வருஷங்களுக்குமுன் அந்தப்பக்கமாய்ப்போன ஒரு இங்கிலீஷ் கப்பல் கரைக்குச் சமீபமாய்ச் சேதமாயிற்று. அதன் மாலுமி அந்த ஊர் வழியாய் பாளையங்கோட்டைக்கு வரும்போது வியாதிப்பட்டு அங்கே மரணமடைந்தான். கப்பல் சேதமும் இவருடைய மரணமும் தங்களுக்கு ஏதாவது மோசம் செய்யுமென்று நினைத்து, ஊருக்குச் சமீபமாய் ஒரு கோவில்கட்டி அங்கே அந்த ஆவியை வணங்கி, சுருட்டையும் பிராந்தியையும் காணிக்கையாகப் படைக்கிறார்கள். இவைகளால் அந்த ஆவி சாந்தமாகும் என்ற எண்ணத்தினால் ஜனங்கள் இப்படிச் செய்கிறார்கள்.

பிரபல துஷ்டரின் ஆவிக்கும் பயந்து, ஜனங்கள் பரிகாரஞ் செலுத்தி, அவைகளை வணங்குவதும் திருநெல்வேலியில் சகஜம். பாளையங்கோட்டைக்கு கிழக்கே 13 மைல் தூரத்தில் மணல் கரை என்னும் கிராமத்தில் ஒரு சிறு கற்சொரூபம் இருக்கிறது. அதன் பெயர் பார்வதிநாத தேவர். சாமி என்பது இவன் ஓர் பேர்பெற்ற மனுஷன். 63 வருஷங்களுக்கு முன் நடந்த கலகத்தில் செத்தான். அந்தப் பாகத்தில் ஜனங்களுக்குக் கொடிய துன்பமும் கொலைபாதகமும் செய்தான். அவனுடைய ஆவியைச் சாந்திபடுத்த அதில் இன்னும் பூசை நடக்கிறது. 63 வருஷங்களுக்கும் பின் இப்போதுதான் இரண்டு குடும்பத்தார் கிறிஸ்தவர்களாகியிருக்கிறார்கள்; ஒரு கிறிஸ்தவக் கோயிலும் அங்கே கட்டடப்பட்டிருக்கிறது.

பாளையங்கோட்டைக்குத் தென்மேற்காய், 25மைல் தூரத்தில் ‘ஊர்க்காட்டான்’ என்னும் ஓர் மனுஷன் அநேக வருஷங்களுக்கு முன்னே மகா கொடூரமாய்ச் செத்தான். கொலைபாதகத்தில் ரெம்பவும் கொடியவன். அவனுடைய ஆவிக்கு வணக்கம் செய்யப்பட்டு வருகிறது. பார்வைக்குக் கேவலமும் பயங்கரமான ஒரு பெரிய சிலை ஒன்று இருக்கிறது. அதன்மேல் எண்ணெய் வார்த்து, அந்தச் சிலை பார்வைக்கு கருப்பாயிருக்கிறது. யாதா மொரு வழக்குத் தீர்க்கவேண்டுமானால் அங்கேபோய் ஆணை யிட்டு பின்பு வழக்கை முடிவு செய்கிறார்கள். பொய்யாணை யிடுகிறவனுக்கு மோசம் நேர்ந்து, அந்த ஆவிக்குச் சாந்தி யுண்டாகுமென நினைக்கிறார்கள்.

சேரகுளத்தில் ஒரு பறைச்சியின் ஆவியை ஜனங்கள் வணங்குகிறார்கள். என்ன காரணம்? அதிக விசேஷமில்லை. இவள் முத்துக்கருப்பன், பிச்சைக்காரன், இவர்களுடைய சிலைக்கு முன் செத்ததினால்தான். இவர்கள் இருவரும் ரெம்பக் கொடூரமாய் மரித்தவர்கள். முத்துக்கருப்பன் கொலை செய்யப்பட்டான். பிச்சைக்காரன் ஜெயிலிலிருந்து ஓடும்போது போலீஸ்காரனால் துப்பாக்கியால் சுடப்பட்டான். அவளைக் கொன்றது அந்த இரண்டு மனுஷருடைய ஆவிதான் என்று நினைத்து அவளுடைய ஆவியை வணங்குகிறார்கள். ஒரு மரத்தின்கீழ் மரித்தாள். அந்த இடத்தில் வணக்கம் இன்னும் நடக்கிறது. அங்கே ஒரு குவியல் மண் மட்டும் கூட்டப்பட்டிருக்கிறது. வேறு ஒன்றும் இல்லை. அதே ஊரில் கருப்பசாமியையும் வணங்குகிறார்கள். அவன் ஒரு கலகத்தில் கொல்லப்பட்டான். அந்த வணக்கத்தில் ஆடுகிறவன் ‘வேலையா’ என்பவன்.

வட திருநெல்வேலியில் ஓரிடத்தில் ஒரு கழுதையின் ஆவியை வணங்குகிறார்கள். ‘பிறவித் துன்பம்’ என்னும் இந்துக் கோட்பாடே இவ்வழக்கத்துக்கு ஆதாரம். ஏன் என்று விசாரிக்கும்போது, அந்த மிருகம் பூர்வீக சொரூபத்தின் அருகில் செத்ததினால் என்று சொல்லுகிறார்கள்.

இந்த ஆவேச வணக்கத்தைச் சேர்ந்த சடங்குகள் பயங்கரமானவை மாத்திரமல்ல, பார்க்கவும் கேவலமானவை. சில இடங்களில் பேயோடிகள் ஸ்திரீகள். அவர்கள் பொதுவாய்க் குடித்து, வெறித்து, சுற்றிச்சுற்றி ஆடுகிறார்கள். ஆட ஆட ஆட்டம் குடியால் அதிகரிக்கிறது. கடைசியில் அவன் வாயிலிருந்து, சுவாமியுடைய வார்த்தை வெளியாகிறது என்கிறார்கள். கிடாயைக் கொண்டுவந்து கூர்மையான கத்தியால் தலையை வெட்டி, ஆட்டின் தொண்டையிலிருந்து வரும் இரத்தத்தை பேயோடி புத்திமாராட்டமாகிறான். தங்கள் வியாதி அகப்பட அல்லது தங்களுக்குத் தேவையானதைப் பற்றி யாருக்கு என்ன பலி செலுத்தவென்று வாய்க் கேள்வியாய்க் கேட்கிறார்கள். பேயோடி கேட்கிறதைக் கொண்டு வந்து செலுத்துகிறார்கள். இரண்டொரு இடத்தில் பேயாடி அந்த இடத்திலே பார்ப்பவர்கள் அதிர செத்து விழுந்ததாகக் கேள்வி.

நரபலியைச் செலுத்துவதால் ஆவி மறை பொருளை வெளிப் படுத்தும் என்ற எண்ணமாய், ஏறக்குறைய 15 வருஷங்களுக்கு முன் சிரிவைகுண்டத்திற்குச் சமீபமான ஓரிடத்தில் 12 வயதுள்ள ஒரு சிறுவனைக் கொன்று, பின்பு அவனுடைய தலையில்ல பிரேதத்தை ஒரு பிராமணுடைய கொல்லையில் எறிந்திருந்தது.

இப்படி சாத்தானுக்குப் பயப்படுவது சரியல்ல. நமது ஆண் டவர் சாத்தானை வென்றவர். ஆகையால் நாம் சாத்தானுக்குப் பயப்படவேண்டியதில்லை. நாம் அப்படிப்பட்ட கிரியைக்கும், தப்பெண்ணத்திற்கும், அப்படிப்பட்டவர்களின் சம்பந்தத்திற்கும் விலகி இருப்பது தேவனுக்கு மகிமை.

திருநெல்வேலி, சுவிசேஷ பிரபல்ய வர்த்தமாணி,

மே, 1914, பக். 33 & 37 – 38

இந்துதேச சமயங்கள்

நம் தேசத்து ஜனங்களில் பின்வரும் மதானுசாரிகள் உண்டு. 1911ஆம் ஆண்டு கணக்கின்படி,

யூதர்	– 21,000
பார்ஸீயர்	– 1,00,000
சமணர்	– 12, 48,000
சீக்கியர்	– 30,14,000
கிறிஸ்தவர்	– 38, 76,000
ஆவேச வணக்கக்காரர்	– 1,02,95,000
புத்தர்	– 1,07,21,000
மகம்மதியர்	– 6,66,23,000
இந்துசமயிகள்	– 21,75,87,000

வேறுவிதமாய்ச் சொல்லின், இத்தேசத்தவர்களில் நூறுபேருக்கு அறுபத்தொன்பது பேர் இந்துக்கள், இருபத்தொரு பேர் மகம் மதியர், மூன்று பேர் புத்தர், மூன்று பேர் ஆவேச வணக்கக்காரர், ஒருவன் கிறிஸ்தவன். யூதரும் பார்ஸீயரும் மிச்சமாய்ப் பம்பாய் ராஜதானியில் வசிக்கின்றனர். சமரைப் பம்பாய், ராஜபுதனம், மத்திய இந்தியா நாடுகளில் காணலாம். சீக்கியர் பஞ்சாபுக் குரியவர்கள். மகம்மதியரையும், கிறிஸ்தவர்களையும் ஏகதேசம் நம் தேசத்தின் எப்பாகத்திலும் காணலாம். மகம் மதியரில்2,50,00 பேர் கீழ்வங்களாத்தில் வசிக்கிறார்கள். கிறிஸ்தவர்களின் மொத்த தொகையில் மூன்றில் இரண்டு பங்குப்பேர் சென்னை ராஜதானி யிலுண்டு. பர்மா ஒன்றுதவிர, மற்றெல்லாப் பிரிவுகளிலும் இந்து சமயத்தார் ஏராளமாய் உண்டு.

மேலே காட்டிய சமயங்கள் ஒவ்வொன்றைப் பற்றியும் சிற்சில குறிப்புகள் இங்கே வரைவோம்.

1. யூத சமயம்

யூதர் நம் தேசத்தில் பூர்வகாலம் தொடங்கி வாசம்பண்ணி வந்திருப்பதாய்த் தோன்றுகிறது. உத்தேசம் கிறிஸ்துவுக்குப்பின் முதலாம் இரண்டாம் நூற்றாண்டுகளில் நூற்றாண்டுகளில் அவர்கள் இங்கே வந்து குடியேறியிருக்கலாம் என்பது அநுமானம். பம்பாய், பூனா, கொச்சி என்ற நகர்களில் யூதர் குடியேற்றங்கள் உண்டு. இவ்விடங்களில் பல ஜெப ஆலயங்களும், ஜெப ஆலயங்களைச் சேர்ந்த பள்ளிங்கூடங்களும் இருக்கின்றன. தோல் சுருளில் எழதிய பழைய ஏற்பாட்டுக் கையெழுத்துப் பிரதிகளிலிருந்தே இன்னும் பாடம் வாசிக்கிறார்கள். குறிக்கப்பட்ட பாடத்தை நின்று வாசிக்க, ஜெப ஆலயத்தின் மத்தியில் ஓர் பீடமும், சுவரோரம் ஆசனங்களும், ஸ்திரீகள் ஆராதிக்க மேல்தட்டில் ஆரோகண ஆசனங்களும் உண்டு. பழக்க ஒழுக்கங்களில் இவர்களும் பூர்வ காலத்து யூதர்களைப்போலவே சடங்காசாரக்காரராயும் மத வைராக்கி முடையோராயும் விளங்குகின்றனர். யூதர் பெருத்த வியாபாரிகள்; ஐசுவரியவான்கள். இவர்கள் கர்த்தரிடத்தில் மனந் திரும்பாதபடியால், “மோசேயின் ஆகமங்கள் வாசிக்கப்படும் போது, இந்நாள்வரைக்கும் முக்காடு அவர்கள் இருதயத்தின்மேல் இருக்கிறது.” சில இடங்களில இவர்கள் பிள்ளைகள் கிறிஸ்தவ பாடசாலைக்கு வருகிறார்கள். நம் தேசத்தில் வசிக்கும் 21,000 யூதருக்காக விசேஷமாய்ப் பிரார்த்திப்பது நமது கடமை.

சத்தியதூதன், மார்ச் 1913, பக். 19 – 20

2. ஸொரோஸ்தர் சமயம்

ஸொரோஸ்தர் என்பவர் கிறிஸ்துவுக்கு சுமார் ஏழு நூற்றாண்டுக்கு முன் பாரசீக தேசத்தில் வசித்த ஓர் மார்க்க சீர்திருத்தக் காரர். இவர் ஏற்படுத்திய மார்க்கத்துக்கு ஸொரோஸ்தர் சமயம் எனப் பேர் வழங்குகின்றது. இதுவே பார்ஸிகள் வழிபடும் மார்க்கம். இவர்களுடைய திருவாசகத்தின் பெயர் அவெஸ்தா. ஸொரோஸ்தர் இயற்றிய அதிபூர்வ பாடல்கள் இவ்வாகமத்தில் அடங்கியிருக்கின்றன.

சுமார் ஆயிரம் வருஷங்களுக்கு முன், அரேபியர் பாரசீக தேசத்தை ஜெயித்துக் கீழ்கபடுத்தி, மகம்மது மார்க்கத்தை அனுஷ்டிக்கும்படி குடிகளைப் பலாத்காரம் செய்தகாலத்தில், பாரஸீகரில் பலர் மாட்டோமென்று மறுத்து, இஸ்லாமியருடைய பட்டயத்துக்குப் பயந்து, தங்கள் சுயதேசம் விட்டு ஓடி, கடைசியாய்ப் பம்பாயிலும் அதின் சுற்றுப்புறங்களிலும் குடியேறினார்கள். பார்ஸிகளை "கீழ்தேச ஆங்கிலேயர்கள்" என்னும் சிறப்புப் பெயரால் அழைப்பதுமுண்டு. வியாபார விருத்தியிலும் குன்றா முயற்சியிலும் பொதுஜன பரோபகாரத்துவத்திலும் நாகரீகத் தேர்ச்சியிலும் எம்மதஸ்தர்களும் இவர்களுக்கு இணையாகார். ஆண்களில் நூற்றுக்கு 75-பேரும் பெண்களில் 53-பேரும் வாசிப்புக் கற்றவர்கள்.

இப்பிரபஞ்சத்தின்கண் விளங்கும் இடி, மின்னல், சந்திரன், சூரியன் முதலிய சிருஷ்டிப் பொருட்களைத் தெய்வங்களாக தன் தேசத்தவர் வழிபட்டு நிற்குமிடத்து. ஸொரோஸ்தர் உள்ளத்தில் மெய்யறிவு உதிக்கவே, இம்மஹான் ஒருவரே ஒருவர் என்னும் சத்தியத்தை மூலவுபதேசமாக வைத்து ஓர் மார்க்கம் ஸ்தாபித்தனர். சர்வேஸ்வரராகிய ஒரே கடவுளை ஆர்மஸ்ட் (ஞான கர்த்தா) என்ற நாமத்தினால் அழைத்தார். இந்த சர்வேஸ்வரருக்குத் தாழ்ந்த அந்தஸ்தில் அம்ஷாஸ் பந்துக்கள் என்று பெயர் தரிக்கப்பெற்ற

நற்குணசீலரான சிரேஷ்ட தூதாக்கள் ஆறுபேரும், இச்சிரேஷ்ட தூதாக்களின் சொல் வருதிக்குள்ளான யாஸ்தாக்கள் என்னும் சாமான்ய தூதாக்கள் பலரும் உளதாகக் கற்பித்தனர். விக்கிரக வணக்கத்துக்குக் கிஞ்சித்தேனும் வழியில்லாதபடிக்கும், ஞான கர்த்தா என்னும் ஈஸ்வரமூர்த்தியைமாத்திரம் ஜனங்கள் அர்ச்சனை செய்து வழிபடவேண்டுமென்ற நோக்கத்தினாலும், பார்ஸீயரும் இந்துக்களும் ஏக குடும்பமாய் வசித்துவந்த காலத்தில் பூஜை செய்து நமஸ்கரித்த தேவர் தேவதைகளை தெய்வ ஸ்தானத்தி னின்று கீழே இறக்கி, அவர்களை மானிடர்க்குத் தொண்டு செய்யும் யாஸ்தாக்கள் என்ற தூதாக்களாகவும் நற்சிந்தை, உத்தம நீதி, சுயாதிபத்தியம், தூயபக்தி, ஆரோக்கியம், நிர்மலம் என்னும் குணப்பெயர்பெற்ற அம்ஷஸ் பந்துக்களை சிரேஷ்ட தூதாக்க ளாகவும் அமைத்தனர். இவ்வித நாமங்களைப் பெற்ற வஸ்துக் களுக்கு ரூபம் படைப்பது அசாத்தியம் என்று இவ்வாறு செய்தனர்.

மனோவாக்குக்காயங்களினால் தீமை செய்வதை ஆதியில் தெரிந்துகொண்ட அஹ்ரிமான் என்னும ஓர் ஆவியினாலே இவ் வுலகின்கண் நேரிடும் சகல சன்மார்க்க நெறி தவறுதல்களும், பிரகிருதியில் நேரும் சகல தீங்குகளும் விளைகின்றனவென்பது ஸொரோஸ்தர் கோட்பாடு. அப்பொல்லாத ஆவியோடும், அதின் கர்த்தத்துவங்களோடும் ஓய்வின்றிப் போர்செய்வதே ஆயுள் காலத்தின் வேலையாம். இவ்வுலகத்திலிருக்கையில் நிற்சிந்தை, நல்வாக்கு, நற்கிரியை முதலிய சுகுணங்களைப் பேணி வளர்க்கும் பக்தர் மரணத்திற்குப்பின் “கீதகிரஹம்” என்ற சுவர்க்கத்தில் தேவனோடு நீடுழிகாலம் ஆனந்தங் கொண்டாடுவார்களென்றும், பேய் பிசாசுகளை நமஸ்கரித்து சேவிக்கின்றவர்களோ “அபத்த கிரஹம்” என்ற இடத்தில் வேதனையடைவார்களென்றும், கடைசி யாக சாஷியாத்து (இரக்ஷர்) என்னு மொருவரை ஸொரோஸ்தர் அற்புதமாய் அனுப்புவாரென்றும், அந்த இரக்ஷர் அக்னிமயமான உலகப் பிரளயத்தை மேலுலகில் நின்று திறந்துவிடுவாரென்றும், அப்பிரவாகம் அஹ்ரிமானையும், அவனைச் சேர்ந்த பொல்லாத ஆவிகளையும் நிக்கிரகம்பண்ணி, உலகத்தைச் சுத்திகரித்துப் புதுப்பிக்குமென்றும் பார்ஸீ சமயிகள் நம்புகிறார்கள்.

நற்கிரியைகளினால் புண்ணியம் சம்பாதித்துக் கொள்ளலா மென்பது பார்ஸிகளது அபிப்பிராயம். இதினாலேயே பரோப காரமான பல பெருத்த நன் கொடைகள் இச்சமயத்தவர்களால் அளிக்கப்படுவதுண்டு. பிருதுவி, அப்பு, வாயு, அக்னி என்ற நான்கு பூதங்களுக்கும் வணக்கம் செலுத்துகிறார்களெனச் சொல்லத் தகுமாறு அவற்றைக் கனபக்தியுடன் மதித்துவருகிறார்கள். அக்னி பக்தி இவர்களில் விசேஷித்துக் காணப்படுவதுண்டு. அக்னி, அப்பு, வாயு, பிருதுவி முதலிய பூதங்கள் அசுசிப்படாது காக்கப் படவேண்டுமென்ற கருத்தினால், தங்கள் பிரேதங்களை "மௌன துருக்கம்" என்னும் கோட்டைக்குள் வைத்து பக்ஷிராசிகள் பக்ஷணம் செய்வதற்குப் போட்டுவிடுகிறார்கள். பம்பாயில் இத்துருக்த்தை யாரும் போய்ப் பார்க்கலாம்.

பிரக்யாதிபெற்ற பார்ஸிகளில் சிலர் கிறிஸ்துவை ஏற்றுக் கொண்டிருக்கிறார்களேயன்றி, ஏனையோர் சுவிசேஷ நற்செய்தியை அங்கீகரிக்கப் பொதுவாக மனமற்றிருக்கிறார்களென்றே சொல்ல வேண்டும். ஸொரோஸ்தர் கற்பித த்துக்கு மேலாக இயேசுகிறிஸ்து என்னும் சாஷியான்று (ரக்ஷகர்) அழிக்கிறதற்கல்ல, பார்ஸிகளையும் இரட்சிக்கவே வந்திருக்கிறார். அதை அவர்கள் அறிய தேவன் தாமே இவர்கள் கண்களைத் திறந்தருளுவாராக. பார்ஸிகளுக்குக் கிறிஸ்துபெருமான் அவசியம். கிறிஸ்து பெருமானுக்கு பார்ஸி களும் அவசியமே.

சத்திய தூதன், ஏப்ரல் 1913, பக். 23

3. சமண சமயம்

பிராமணரது குரு தந்திரங்களையும், வீண் நைவேத்தி யானுஷ்டானங்களையும் எதிர்த்து இவ்விந்தியாவின்கண் பூர்வத்தில் தோன்றிய மதங்களில் சமண சமயம் ஒன்று. வர்த்தமானன் அல்லது மகாவீரன் என்ற வோர் க்ஷத்திரிய அரசனால் இச்சமயம் ஸ்தாபிக்கப்பட்டது. அவன் புத்தன் காலத்தின் தோன்றினவன். ஆயினும் புத்தனைவிட வயதில் மூப்புற்றிருந்தவன்.

ஜைனர் என்னும் பதம் ஜீனனது தொண்டர் எனப் பொருள் படும். ஜீனன் என்பது மகாவீரனுக்கு சூட்டப்பட்ட ஓர் நாமம். அதற்கு ஜெயவீரன் என்று அர்த்தம். அதாவது, மன மொழி மெய்களை யடக்கி வெற்றி பெற்றவன் என்ற கருத்து. காலத்தை தொடர்பான யுகங்களாகப் பிரித்து யுகம் ஒன்றுக்கு இருபத்து நான்கு "தீர்த்தங்கரர்" ("தடம் குறிப்பிடுவோர்") உண்டென்று ஜைனர் சொல்வர். கடைசியில் தோன்றிய பரசுநாதன் (மகாவீரனது ஆசிரியர்) வர்த்தமான ன் என விரண்டு தீர்த்தங்கரையும் மற்றவரைப் பார்க்கிலும் அதிகமாய் ஜைனர் கொண்டாடுவர்.

ஜைனர் ஆலயம் கட்டுவதில் கீர்த்திபெற்றவர்கள். ஜனங்கள் உபயோகத்திற்கென்று ஆலயங்களைக் கட்டாமல், ஓர் புண் ணியத் தொழிலாகப் பாவித்துக் கட்டுவது அவர்கள் வழக்கம். சோலைகளடர்ந்த மலைகளையும் ஏகாந்தமான அலங்காரத்தாவு களையும் புண்ணிய க்ஷேத்திரங்களாகக் குறிப்பிட்டு, அங்கு ஆலயங்களைக் கட்டி, வெண் சலவைக்கல் அல்லது அரைசாந்தில் வெகு விநோதமாய்ச் சித்தரிப்பார்கள். வங்காளத்திலுள்ள பரசு நாத சிகரம், கதியவாரிலுள்ள பலிட்டானா நகரம், ஆபுமலை முதலிய இடங்களில் திருஷ்டாந்தபூர்வமாய் இவ்வுண்மையைக் கண்டுகொள்ளலாம். ஜைன ஆலயங்களைச் சுற்று உயரமும் அரணிப்புமான மதில்கள் உண்டு. ஆலயங்கள் ஒவ்வொன்றும் தனித்தியே அடக்கமாயிருக்கும். பூசாரிகளில் சிலர் செய்ய

வேண்டிய நித்தியானுஷ்டானங்களைச் செய்து ஆலயங்களிலேயே படுத்துக்கொள்வர். இடத்தைச் சுத்தம் செய்வதற்கும், கோவில் புறாக்களை போஷிப்பதற்கும் வேலைக்காரர் சிலர் எப்பொழுதும் அங்கேயே தங்கியிருப்பார்கள். பிரயாணியாவது யாத்திரிகராவது அத்திருச் சிகரத்தின்மீது தன் ஆகாரத்தைச் சமைக்கவாவது, அருந்தவாவது, நித்திதரை செய்யவாவது கூடாது. தேவர்களது நகரமாதலின் அவர்களை யொழிய வேறொருவரும் உபயோகிக்க லாகாது என்பது கோட்பாடு.

ஜைனரில் "திகம்பரர்", "ஸ்வதாம்பரர்" என இரு வகுப்பினர் உள்ளனர். திகம்பரர் எனின் ஆகாய உடை புனைந்தவர் எனப் பொருள்படும். இவர்களுடைய விக்கிரகங்களுக்கு யாதொரு உடையும் கிடையாது. இவர்கள் சந்நியாசிகளும் நிர்வாணி களாகவே அலைவார்கள். பெண்மக்கள் முத்தியடைவது அசாத்திய மென்றும் கூறுவர். "ஸ்வதம்பரர்" எனின் வெள்ளுடை தரித்தவர் என்றர்த்தம். பெண்மக்களும் முத்தியடையலாம் என்பது இவரது கோட்பாடு. இவர்கள் சந்நியாசிகள் வெள்ளுடை போர்த்துக் கொள்வர். விக்கிரகங்களுக்கும் வெள்ளுடை தரிப்பர். சிறிது காலத்திற்குமுன் ஸ்வதம்பரர் என்னும் வகுப்பைச்சார்ந்த சிலர், வேறொரு கிளையாய்ப் பிரிந்து "துண்டியர்" எனப் பெயர் பெற்றிருக்கின்றனர். இவர்கள் எவ்வித ஜீவவதையும் செய்யக் கூடாதென விரதம் பூண்டவர்களாயும் விக்கிரகங்களுக்குப் பதிலாக குருக்களை வணங்குகிறவர்களாயும் இருக்கின்றனர்.

சமணர் (அல்லது ஜைனர்) கொள்கைப்படி ஆத்ம ஈடேற்ற மடைவதற்குரிய சாதனங்கள் மூன்றுள: அவையாவன:- தீர்க்க ஞானம், சற்புத்தி, நற்சீலங்களாம். தீர்க்க ஞானமெனின் ஆவிக்கும் சடலத்திற்குமுள்ள உறவை கிரஹித்தறிந்த சக்தியாம். அருகன் சொன்ன வார்த்தையையும் நாற்பத்தைந்து ஆகமங்களில் கூறப் பட்டனவற்றையும் பூராவாக நம்பும் நம்பிக்கையே சற்புத்தியாம். நற்சீலங்களெனின், *(1)* உயிர்வதை செய்யாமை; *(2)* தயாளம், உண்மையுரைத்தல்; *(3)* களவு செய்யாமை; *(4)* மனோவாக்குக் காயங்களில் கற்புடைமை; *(5)* உலக ஆசை வெறுத்தல் முதலிய வைகளைக் குறிக்கும்.

சத்திய தூதன், மே 1913, பக். 27.

மேலிந்தியாவில் சமணர் இருக்கும் இடங்களிலெல்லாம் மிருகங்களை வைத்துப் போஷிக்கிற தரும வைத்தியசாலை பட்டணத்திற் கொன்றுண்டு. அதைக் கவனிக்குங்கால் ஜைனர் ஜீவப்பிராணிகளை எவ்வளவு பயபக்தியுடன் மதிக்கின்றனர் என்பது எவர்க்கும் எளிதில் புலப்படும். கூச் மாகாணத்திலுள்ள தருமசாலை யொன்றில் ஐயாயிரம் எலிகள் இவ்வாறு பரா மரிக்கப்பட்டுவந்தன. புத்த சமயிகளைப்போல் சமணரும் சதுர் வேத ஆதாரத்தை மறுப்பரெனினும், "நிர்வாணா" என்னும் கொள்கையை ஏற்றுக்கொள்ளார். ஆன்மா பிறவியினின்று மீட் படைந்தபின், மகாத்மாக்கள் வாசஞ்செய்யப்பெற்ற ஏதோ பதவி ஒன்றில் வைதீக ஜீவனம் செய்ய ஆரம்பிக்கின்றனவெனக் கூறுவர்.

சமணர் அநேகர் பம்பாய் ராஜதானியிலும் அதைச்சார்ந்த சிற்றரசு நாடுகளிலும் வசிக்கின்றனர். பெரும்பான்மையோர் வியாபாரிகளாயும் உண்டியல்காரராயுமிருப்பதால் இம்மதானு சாரிகள் தனவான்களென்றும் புத்திக்கூர்மையுள்ளவர்களென்றும் சில விஷயங்களில் முன்னுக்கு வந்திருக்கிறார்களென்றுமே சொல்ல வேண்டும். சமணரில் அநேகர் தங்களை இந்துக்களென்று பாராட்டிவருவதால், 1901-ஆம் ஆண்டு ஜனசங்கை மதிப்பில் அவர்களுடைய ஜனத்தொகையில் நூற்றுக் கைந்துவீதம் குறைவு காணப்பட்டது. 1911-ன் கணக்குப்படி மறுபடியும் நூற்றுக்கு ஆறுவீதம் இவர்கள் குறைந்திருக்கிறார்கள்.

சத்திய தூதன், ஜூன் 1913, பக். 30.

4. சீக்கிய மதம்

சீக்கியர் மதத்தை ஸ்தாபித்ததாகப் பெயர்பெற்றவரும் நானாக் என்பவன் லாகூர் பட்டணத்திற்கருகில் 1469-ம் வருஷத்தில் பிறந்தான். சீக்கிய சமயமெனின், இந்து மார்க்கத்துக்கும் பொதுவாயுள்ள உண்மைகள் ஒருங்கு திரட்டப்பட்ட ஓர் மதமாகும். ஆதியில் இந்துமதத்திலுள்ள ஜாதிபேதத்திற்கும் விக்கிரகாராதனைக்கும் விரோதமாக இச்சமயம் ஏற்படுத்தப்பட்டது. சீக்கியர் ஒரே தேவனை வழிபடுவர். பல தேவர்களை பூசிப்பது தவறு என்பது அவரது கோட்பாடு. சீக்கியர் சமயம் விக்கிரகாராதனை, ஸ்தலயாத்திரை, சகுனம் பார்த்தல், மந்திரித்தல் முதலியன தப்பிதம் என்று அவற்றைக் கண்டனம் செய்கின்றது. ஜாதிபேதம்முண்டேன்றாவது, பிராமணர் மற்றவரைவிட மேலானோர் என்றாவது, பிறப்பு இறப்புகளில் செய்யவேண்டிய சடங்காசாரியங்களை அனுசரியாததால் தீட்டு உண்டென்றாவது சீக்கியர் சமயத்தில் ஏற்படவில்லை. நானாக்கின் தொண்டருக்கு சீக்கியர் என்று பெயர். தம் குருக்களின் மீது பாராட்டிய வைராக்கியமே சீக்கிய சமயிகள் நடத்தையில் விசேஷ லட்சணம். 1538-ம் ஆண்டில் பாபா நானாக் தேகவியோகமானான். அவனும் அவன் பின் தோன்றிய ஒன்பதுபேரும் பத்து முக்கியக் குருக்களாக எண்ணப்படுகின்றனர். ராமதாஸ் என்னும் நாலாம் குரு "அமிர்த்சர்" அல்லது "அமிர்த தடாகம்" என்றழைக்கப்படும் சதுரமான பெரிய தடாகமொன்றை வாங்கி, அதன் நடுவில் பின் கீர்த்தி பெற்று விளங்கிய பொற்கோவில் ஒன்றைச் சமர்ப்பித்தான். இதுவே சீக்கியருக்கு சிரேஷ்ட கோவில். அவனது புத்திரனும் ஐந்தாவது குருவுமாகிய அர்ஜன், முதற்குரு நானாக்கும் இன்னும் மற்ற மூன்று குருக்களும் அருளிச்செய்த பாடல்களைச் சங்கிரமாகத்திரட்டி, ஆதிகிரந்தம் அல்லது முதல் நூல் என அதற்கு நாகரணம் சூட்டி, அதை மேற்கூறிய பொற்கோவிலில் வைத்திருந்தான். இதே சீக்கிய சமய நூல்களிலெல்லாம் சிறப்புற்றாக வழங்கிவருகிறது.

அக்கால முதல் குருபாத்தியதை தலைமுறை தத்துவமாயிற்று. பின்தோன்றிய ஐந்து குருக்களும் ஆசிரியர்போல் நடவாமல், அதிகாரிகள்போல் நடந்ததால், மொகலாய சக்கரவர்த்தி அவர் களுடைய கர்வத்தை யடக்க நேரிட்டது. ஔரங்கசீப் சக்கர வர்த்தி பிறப்பித்த கட்டளையால் ஒன்பதாவது குரு கொல்லப் பட்டதுமன்றி, மற்ற சீக்கியரும் மதத்துவேஷ காரணமாய் துன் புறுத்தப்பட்டனர். இவ்விசேஷம் சீக்கியரது பின் சரித்திரத்தை முற்றிலும் மாற்றிவிட்டது. எப்படியெனில் பத்தாவது குருவாகிய குருகோவிந்தன் சீக்கியரெல்லாரையும் யுத்தத்தில் பழக்குவித்து, மகம்மதியரானாலும் சரி, இந்துக்களானாலும் சரி எவரையும் நாம் பகைப்போம் என்னும் பிரதிக்கினையையும் பண்ணச்செய்தான். சிங்கமென்றர்த்தங்கொள்ளும் 'சிங்' பட்டத்தைத் தங்கள் பெய ருடன் சேர்த்துக்கொள்ளவேண்டுமென்றும், நீண்ட ஜடையாக ரோமம் வளர்க்க வேண்டுமென்றும், தலைச்சவரமாவது, முகச் சவரமாவது கூடாதென்றும், தொப்பி ஒருபொழுதும் தரிக்கக் கூடா தென்றும், போனஜனமருந்தும் சமயத்திலுங்கூட எடுக்காமல், எப் பொழுதும் தலைப்பாகையே தரித்துக்கொள்ளவேண்டுமென்றும், மகம்மதியருடன் ஓயாமல் யுத்தம்புரிவதற்கு அறிகுறியாக எப் பொழுதும் வாள் கையில் வைத்திருக்கவேண்டுமென்றும் புகையில பரிச்சேதம் பிரயோகிக்கக் கூடாதென்றும் ஆஞ்ஞாபித்தான்.

சத்திய தூதன், ஜூன் 1913, பக். 30–31.

குருகோவிந்தன் இரண்டாவது கிரந்தம் என்னப்பட்ட புத்த கத்தை யெழுதி ஆதி கிரந்தத்துடன் சேர்த்தான். இரண்டாவது கிரந்தத்தில் யுத்தா பேக்ஷைகளுள்ள பாடல்கள் அநேகமுள. ஆதி கிரந்தத்திலோ அப்படியில்லாமல் சமாதானத்தையும் சாந்தத் தையும் குறிக்கும் பாடல்கள் மாத்திரமே உண்டு. 1764-ம் வரு ஷத்தில் பஞ்சாபு முழுவதையும் சீக்கியர் ஜெயித்து அங்கு சுய அரசாட்சி நடத்திவந்தனர். 1848-ம் ஆண்டில் ஆங்கிலேயர் பஞ் சாபை தம் இராஜ்யத்துடன் சேர்த்துக்கொண்டனர்.

சீக்கியர் விக்கிரகங்களை ஆராதிப்பதில்லையெனினும், அமிர்த் சர் நகர் கோவிலிலுள்ள ஆகம கிரந்தத்தை உண்மையாகவே ஜீவனுள்ள ஓர் தெய்வமாகப் பாவித்துவருகின்றனர் என்று சொல்ல லாம். நாடோறும் விடியற்காலம் விலையுயர்ந்த பட்டாடை

யொன்றை அதற்கு உடுத்தி மணிபதித்தமைக்கப்பெற்ற ஓர் விதானத்தின்கீழ் சிங்காசனத்தின்மீது பயபக்தியுடன் அதை வைப்பர். இவ்விதம் அமைக்க ரூ.50,000 சென்றதாகப் பிரஸ்தாபம். பகல் முப்பது நாழிகையும் இவ்வாகமத்திற்கு வெண் சாமரம் வீசி, சாயங்காலமானவுடன் மற்றொரு ஆலயத்துக்கு எடுத்துக்கொண்டுபோய் அங்கு அசுத்த கைகள் அதில் பட்டு விடாதபடி அளிப்பாய்ச்சிய திருமண்டப மொன்றில் பொற் கட்டிலின்மீது கிடத்துவர்.

தற்காலத்தில் சீக்கியர் அநேகர் தம் சமயக்கோட்பாட்டிற்கு மாறாக "வர்ணபேதம்" பார்க்கவும், பூணுல்தரிக்கவும், இந்து விழாக்களைக் கொண்டாடவும், இந்துக்கோவில்களிலுள்ள விக்கிர கங்களுக்கு காணிக்கைகள் சமர்ப்பிக்கவும்கூட தலைப்பட்டிருக் கிறார்கள். ஒருவன் சீக்கியனா அல்லவா என்று கண்டுபிடிக்க வேண்டுமெனின், அவர்மீது சவரகன்கத்தி பட்டிருக்கிறதா வென்றும், அவன் புகையிலை உபயோகிக்கிறானோவென்றும் அறிந்து தீர்க்கவேண்டுமென்று 1891-ம் ஆண்டு காணிஷ்மாரி கணக்குப் புஸ்தகத்தில் கண்டிருக்கிறது. ஏனெனில், புகையிலை உபயோகிக்கவும், முகச்சவரமாவது தலைச்சவரமாவது செய்து கொள்ளவுங் கூடாதென்ற கட்டளையைத்தான் சீக்கியர் மகா திட்ப நுட்பமாய் அனுஷ்டித்து வந்தார்கள். இப்பொழுதோ, தங்கள் முடியைக் கத்தரித்துக்கொள்ளும் "மூனா சீக்கியர்" என்ற வோர் வகுப்பாரும் எழும்பியிருக்கின்றனர். தற்காலத்தில் சீக்கியர் அநேகர் தங்களை இந்துசமயிகளில் ஒரு கிளையாகப் பாவிக்கவும் குருகோவிந்தனால் விதிக்கப்பட்ட மத அடையாளங்களை அனு சரியாமல் தவிர்த்துவிடவும் தலைப்பட்டிருக்கின்றனர். என்றாலும், 1901-ம் வருஷ ஜன சங்கை மதிப்பில் சீக்கியர் நூற்றுக்குப் பதினைந்துவீதம் அதிகரித்திருந்தார்கள். 1911-ன் கணக்கைப் பார்த்தாலோ, நூற்றுக்கு இருபத்தேழுவீதம் சீக்கியர் பெருகி யிருப்பதாகத் தெரிகிறது.

"உண்மையாய்த் தொழுதுகொள்ளுகிறவர்கள் பிதாவை ஆவி யோடும் உண்மையோடுந் தொழுதுகொள்ளும் காலம் வரும். அது இப்பொழுதே வந்திருக்கிறது. தம்மைத் தொழுதுகொள்ளு கிறவர்கள் இப்படிப்பட்டவர்களாய் இருக்கும்படி பிதாவானவர்

விரும்புகிறார்" (யோவான், 4.23). ஆண்டவர் தம்மைத் தொழுது கொள்ளுவதற்காக தொண்டர்களைத் தேடுகிறார். நாம் அவரின் வேலைக்காரர். கர்த்தரைத் தடவியாகிலும், கண்டுபிடிக்கத்தக்க தாகத் தேடிக்கொண்டிருக்கும் இக்கோடாகோடி மானிடருள் சிலர் அவருக்கு மெய்த் தொண்டராக வேண்டுமென்று கர்த்தர் தேடுகிறார். அவருடன் சேர்ந்து நாமும் அவர்களைத் தேடுகிறோமா? "வழியும் சத்தியமும் ஜீவனுமான" அவரை நம் சுயதேசத்தவர் அறிவது அத்தியந்தாவசியமே. அவர்கள்மேல் மனதுருகி அவர்களுக்காக வேண்டிக்கொள்ளுகிறோமா?

சத்திய தூதன், ஜூலை 1913, பக். 35-36

5. ஆவேச வணக்கம்

இந்து தேசத்தின் பூர்வ குடிகளான மலைவாசிகள் அனுசரிக்கும் மதத்திற்கு ஆவேச வணக்கம் என்று பெயர். இவர்கள் ஆத்துமா உண்டென்றும் மறுமை உண்டென்றும் ஒப்புக்கொள் வார்கள். சகல நன்மைக்கும் தீமைக்கும் ஒவ்வோர் தேவர் தேவதை களைக் குறிப்பிடுவர். இன்னும் அநேக பேய் பிசாசுக்களும் உண்டென்று நம்பி பயந்து அவைகளைச் சாந்தி செய்ய முயற்சிப் பார்கள். கிராமங்களிலுள்ள இந்துக்களில் பல ஜாதியாருங்கூட பேய்க்குக் கொடுத்து பேயாட்டம் ஆடி பற்பல ரோஹங்களுக்கு அம்ம் களைக் குறிப்பிட்டு இவைகளைத் துரத்தும் வழக்கத்தை யாவரும் கவனித்திருக்கலாம். இவ்வித ஆசாரங்கள் இப்பூர்வ ஆவேச வணக்கத்திலிருந்தே வந்தவைகளென்பது சாஸ்திரிகளின் பொது அபிப்பிராயம்.

ஆவேச வணக்கத்தின் பூரன கோட்பாடுகளை மிச்சல் சாஸ்திரியார் பின்வருமாறு கூறுகிறார். "ஆவேச வணக்கத்தார்:

1. எல்லாவற்றிற்கும் மேலாக கடவுள் ஒருவர் உண்டென்று ஒப்புக்கொள்வார்கள். ஆகிலும்,
2. அநேக பேய் பிசாசுக்கள் உண்டென்றும், இவைக ளனைத்தும் குரூர சித்தமுடையவைகளென்றும் நம்பு வார்கள். அவைகளைச் சாந்திசெய்யும்படி அவைகளுக்குக் கொடை கொடுப்பார்கள்.
3. இவ்வாறு சாந்தி செய்யும்படி கொடுக்கும் கொடைகளில் எவ்விதமாயாவது ரத்தம் சிந்திப் பலியிடுவது ஒரு பாக மாயிருக்கும்.
4. பேயோட்டம் முதலிய கோரணிகள் உண்டு.
5. விக்கிரகம், ஆலயம், பூசாரி என்பவற்றை அத்தனையாய் மதிக்கமாட்டார்கள்.

6. மனுஷரைப் பேய் பிடித்துக் கொள்ளும் என்று நம்புவார்கள்.

7. பில்லிசூனியம், வஞ்சனை வைத்தல் இவற்றை அதிகதிக மாய்க் கையாடுவார்கள்" என்கிறார்.

மற்றோர் வித்வான் சொல்லுகிறபடி, ஆவேச வணக்கத்தார் எந்த ஆலயத்துக்கும் போக மாட்டார்கள். பிராமணர் முதலிய பூசாரிகளைத் தேடவுமாட்டார்கள், மதிக்கவுமாட்டார்கள். எந்தப் பாறைக்குள்ளும், அடர்ந்த எந்த விருக்ஷத்தின் கீழும், பயங்கர நீரருவிகளிலும், ஆறுகளிலும் பேய்பிசாசுக்கள் உண்டென்றும், விஷபேதிக்கு ஒருபேய், வைசூரிக்கு ஒருபேய், மிருகஜாதி ரோஹங்களுக்கு ஒருபேய் இவ்வாறாகப் பேய்களும் பிசாசுக்களும் ஆவேஷங்களும் மனுஷனைப் பிடித்து விழுங்குவதற்கு எப் போதும் வாயை ஆவென்று திறந்து கொண்டிருக்கிறாப்போல் எண்ணித் தங்கள் ஜீவகாலத்தையெல்லாம் பயத்திலேயே போக்கு கிறவர்களாயிருக்கிறார்கள். இவைகள்மேலுள்ள அன்பினாலல்ல, ஏதேனும் தீமைசெய்துவிடாதபடி தடுப்பதற்காகவே இவை களுக்குப் பூஜைகள் நடப்பிப்பார்கள் என்கிறார்.

மேற்காட்டியப் பிரகாரம், ஆவேச வணக்கத்திலிருந்து பல கொள்கைகளும் கோட்பாடுகளும் இந்து சமயத்திற்குட் பிரவேசித் திருக்கின்றனவென்று காணலாம். இந்து மதத்திலுள்ள அத்வைத்யக் கொள்கைக்கும், புனர் ஜனனக் கோட்பாடுக்கும் ஆதிமூலம் ஆவேச வணக்கம் என்று சாஸ்திரிகள் நினைக்கிறார்கள். ஆவேச வணக்க பழக்க வொழுக்கங்களைத் தத்துவ சாஸ்திரத்தைக் கொண்டு அலங்கிர்தப்படுத்தினதினால் வந்த பலனே தற்கால இந்து சமயமென்று சொல்லுவாருமுளர். இந்து சமயம் என்ற பொதுப்பெயரின்கீழ் எத்தனையோ விதம் விதமான அனுஷ்டா னங்களும், ஆசாரங்களும், கோட்பாடுகளும், சிந்தாந்தங்களும் அடங்கியிருக்கின்றனவே. அவற்றின் ஒரு கடைசியில் ஏராளமான ஆவேச வணக்கப் பழக்கங்கள் உண்டென்பதற்குச் சந்தேகமில்லை.

சத்தியதூதன், ஆகஸ்ட், 1913, பக். 40

மேலும் 'இந்து மதம்' என்று சொல்லும்போது வேதாந்தக் கொள்கைகளும் யோகாப்பியாசங்களும் பரப்பிரம்மத்தின் மீதுள்ள நாட்டமும் தேட்டமும் அடங்கிய உன்னத ஞானபோதகம் என்று

முற்றிலுமாய் நினைத்துவிடப்படாது. தங்களை 'இந்துக்கள்' என்று பாராட்டிக் கொள்வோரில் லக்ஷாதி லக்ஷம் பேரின் கொள்கை இவையன்று. உலகமே சதம் என்றாற்போல் எண்ணி பூலோக சௌக்கிய க்ஷேமத்தையே நாடுவதும் இதற்கு ஏதேனும் பங்கம் நேரிட்டுவிடாதபடி மந்திரிப்பதும் நேர்ந்துகொள்வதும் கொடுப்பதுமே இந்துக்களில் மிச்சமானவர்களுடைய நாடோடிய இந்துமதம். இது ஆவேச பக்தியேயன்றி வேறல்லவே.

ஆகிலும், திட்டமாய்ச் சொன்னால், இந்துக்களுக்கும், சுய மான ஆவேச வணக்கக்காரருக்கும் பேதம் என்னவென்றால்: பிராமணர்களுடைய தலைமையை அங்கீகரித்துக்கொண்டு ஜாதிக் கட்டுபாட்டுக்கு அமைந்தவர்கள் இந்துக்கள் என்றும் இவற்றை ஒப்புக் கொள்ளாதவர்கள் ஆவேச பக்திக்காரர் என்றும் சொல்லத்தகும்.

வங்காளம், சென்னை, மத்திய மாகாணங்களிலுள்ள பீலர், காண்டர் ஜனங்களும் அஸ்ஸாம் நாட்டில் வசிக்கும் காரோவர், காஷியர், நாகர் ஜனங்களும், பர்மா தேசத்திலுள்ள சீனியர், கச்சினர், காரேனர் முதலியோரும், நீலகிரி தொதுவர், மலையாளம் மலைப்பழியர், தெலுங்குநாட்டு கோயில்கள் முதலானோரும் ஆவேச பக்திக்காரரே, இவர்களில் ஒருகோடி ஜனங்கள் உண்டு. இவ்வகுப்பார னேகருக்குட் கிறிஸ்துமார்க்கம் அதிகவிஸ்தார மாய்ப் பரவியிருக்கிறது. சாந்தாலியார், காரேனர் முதலிய ஜனங் களிலிருந்து ஆயிரமாயிரமானவர்கள் கிறிஸ்து சபையைப் சேர்ந் திருக்கிறார்கள். ஜாதிக்கட்டுப்பாடு இவர்களுக்கில்லாமைபற்றி இவர்களைக் கிறிஸ்துவின் சுவிசேஷ ஒளிக்குள் இழுப்பது பிரயாசமன்று.

"இந்தத் தொழுவத்திலுள்ளவைக ளல்லாமல் வேறே ஆடு களும் எனக்குண்டு; அவைகளையும் நான் கொண்டுவரவேண்டும்" என்று அருள்நாதர் திருவாய்மலர்ந்தருளினார் (பரி. யோவான். 10.16). இதுவே அவரது ஓயாத பேராசை. ஈசனைப்போலத் தாசனும் இருக்கவேண்டாமா? இன்னும் கிறிஸ்துசபைக்குட் சேர்க்கப்படாத ஆடுகள் இந்தியாவின் காடுகளிலும், மலைகளிலும் ஆயிரமாயிரமாய் அலைந்துதிரிகின்றன. அவைகளையும் கொண்டு வருவதற்கு ஊழியர் வேண்டும். நான் போக ஆயத்தமா?

சத்தியதூதன், செப்டம்பர், 1913, பக். 43

6. புத்தமதம்

புத்த மதத்தை ஸ்தாபித்தவன் கௌதம முனி. இந்து மதத்தில் பிராமணர் ஏற்படுத்திய நானாவித நைவைத்தியே அனுஷ்டானங்களை வெறுத்துத்தள்ளி சீர்திருத்தம் உண்டாக்கு வதற்கு ஏற்பட்ட முயற்சிகளில் இதுவுமொன்று. சமண மத உற்பத்திக்கும் இதுவே காரணமென்று முன் கூறினோமே. சமண மதம் இந்துதேசத்திலேயே நிலைத்துக்கொண்டது. புத்தமதம் தன் ஜனன தேசத்தை விட்டுப் பூராவாய்ப் போய்விட்டது. பர்மாவிலும் அதைச்சேர்ந்த மலைநாடுகளிலும் மாத்திரமே இப்போது புத்தர் உண்டு. இலங்கையில் இவர்கள் ஏராளம். சிங்களவர் அனைவரும் புத்த சமயத்தவரே.

காசிக்கு நூறு மைலுக்கு வடக்கேயுள்ள கபிலவஸ்து என்ற பூர்வநகரில் கிறிஸ்துவுக்கு முன் சுமார் 560-ம் ஆண்டில் சித்தார்த்தன் எனப் பெயர் வஹித்த க்ஷத்ரிய ராஜபிரபு பிறந்தான். இவர் பிற்காலத்தில் புத்தன் என்ற நாமதேயம்... இவன் குடும்பப் பேர் கௌதமன். இவனுக்குப் பிராயம் வந்து விவாஹம் செய்யவே ரஹூலன் என்ற ஓர் புத்திரனும் பிறந்தான். ராஜ அரமனையில் சம்பிரமமாய் சகல பவுசும் அனுபவித்து சம்போகமாய் ஜீவனம் பண்ணிவந்தகாலத்தில் ஓர்நாள் இரத சவாரி செய்துவருங்கால் வயோதிகம், ரோகம், மரணம் இவற்றைக் குரூர ரூபமாய்க் கண்டு இவ்வித நிர்ப்பந்த நிலைமை தனக்கும் ஒருநாள் வருமே என்ற பயத்தினால் அது முதல் பீடிக்கப்பட்டு, கலக்கமடைந்தவனாய், இல்வாழ்க்கையின்மேல் வெறுப்புற்று, தன் தந்தையின் கண்ணீர் புலம்பலைக் கவனியாது வீடுவாசலையும், நிலம்கரைகளையும், மனைவிபிள்ளைகளையும் துறந்து இருபத்தொன்பது வயதில் சந்நியாசிகோலமாய் அலைந்து திரிய புறப்பட்டான். முக்தி யடையும் வழியைக் கண்டுபிடிக்கும்படி, அதாவது ஜன்ம மீட்சி அடையும் வகையைத் தெரிந்துகொள்ளும்பொருட்டு, யோகாப்

பியாசம் செய்யவேண்டுமென்பதே அவன் நோக்கம். சில வருஷங்களாய் தபசு செய்து நிஷ்டை அனுசரித்த பின்னர், இவ்விதப் பயிற்சியினால் லாபமில்லையென்று கண்டு, சுய சித்திரவதை செய்ய ஆரம்பித்தான். சிறிதுகாலம் சென்றபின் அன்னபானத்தைக் குறைத்து, கடைசியில் தினமொன்றுக்கு ஒரேஒரு அரிசியை மாத்திரம் தின்னும் நிலைமைக்கு வந்து, உயிர் வதைத்துச் சாகும் தறுவாயில் இன்னும் மெய்வழி புலப்படாததுகண்டு, இதிலும் காரியமில்லையென்று சொல்லி இச்சித்திரவதையை நிறுத்தி போஜனஞ்செய்ய ஆரம்பித்தான். இவனோடு சேர்ந்து தபசு செய்ய வந்திருந்த ஐந்து சந்நியாசிகளும் இப்போது இவனைவிட்டு நீங்கிக்கொண்டார்கள். அப்பால் மனதில் மிகுந்த போராட்டம் வந்து, கடைசியாக அரசுமரத்தின் கீழ் நாற்பத்தொன்பதுநாள் உட்கார்ந்து தியானிக்கவே திடீரென்று ஞானம் பிறந்துவிட்டதாம். இதுமுதல் "புத்தன்" அதாவது "புத்திமான்", "தெளிவுற்றவன்" ஆகிவிட்டான்.

சத்திய தூதன், செப்டம்பர் 1913, பக். 43

இந்த உன்னத இரகசியத்தை அறிந்தவன் இனி செய்ய வேண்டியது என்ன? தான்மாத்திரம் முக்தியடைந்ததுபோதும் என்ற எண்ணம் முதலில் உண்டானபோதிலும், மானிடர்மீது தயைகூர்ந்து சர்வத்திரளாக்கும் இச்செய்தியைப் பிரசுரிக்கத் தீர்மானித்தான். அவனுடைய உபதேசத்தின் சாராம்ஸம் பின் வருவதே:-

1. பிறப்பு சஞ்சலம், வயோதிக சஞ்சலம், வியாதி சஞ்சலம், மரணம் சஞ்சலம், லோகாசாபாசம் சஞ்சலமே.
2. பிறப்பும், மறுபிறப்பும், புனர் ஜன்மமும், ஜீவன தாகத்தினாலும், இச்சையினாலும் உண்டாகிறதேயொழிய வேறல்ல.
3. இத்தாகத்தினின்று விடுதலைபெறும் வழி இச்சை நிக்ரகமே.
4. இச்சை நிக்ரகம் செய்வதற்கு அஷ்டமார்க்கமுள. அவை யாவன:-
    1. நல்லெண்ணம், அதாவது வீண்பக்தி மாயையைக் கடந்த யோசனை.

2. நல்லாசை, அதாவது அறிவுள்ளோர்க்கேற்ற உன்னத அபேக்ஷை

3. நல்வாக்கு, அதாவது தயை உண்மை நிறைந்துள்ள கபடற்ற பேச்சு.

4. நன்னடக்கை, அதாவது சமாதனமும் உண்மையும் சுத்தமுமுள்ள நடபடி.

5. நல்ஜீவனம், அதாவது உயிர்ப்பிராணி எதையும் வதைக் காத பிழைப்பு.

6. நன்முயற்சி, அதாவது சுயபயிற்சிக்கும் தன்னடக்கத் திற்கும் வேண்டிய பிரயாசம்.

7. நன்மனம், அதாவது ஜாக்கிரதையும் விழிப்புமுள்ள மனசு.

8. நல்தியானம், அதாவது ஜீவனத்தின் உன்னத இரகசியங் களைப் பற்றிய ஆழ்ந்த யோசனை.

புத்தனும் அவனுடைய ஆதி சீஷரும் இச்சத்தியங்களை வெகு தாராளமாய்ப் போதித்தார்கள். புத்தன் தானே பேஹார், அயோத்தியா மாகாணங்களில் அலைந்து திரிந்து இப்புது உபதேசங்களை எங்கும் பிரபல்யமாக்கினான். இதுவரை பிராமணர் மதம் ஜனங்கள் அறியாத சமஸ்கிருத பாஷையிலிருந்தது. இப்போது தான் மத உபதேசங்கள் சாதரண ஜனங்கள் பேசும் பாஷையில் முதல் முதல் தெரிவிக்கப்பட்டது. புத்தன் கி.மு. 477-ல் காலஞ் சென்றான்.

புத்தன் மரணத்துக்குப் பிற்பாடு அரசர் செல்வாக்கினாலேயே புத்தமதம் விருத்தியடைந்தது. கி.மு. 259-ல் அசோகன் அரசன் இம்மத பிரபல்லியத்திற்காக எடுத்துகொண்ட பிரயாசம் இம்மட் டென்றல்ல. புத்தமதமே தன் ராஜ்யத்தில் ஏற்பட்ட சமயமென்று விளம்பரஞ்செய்தான். புத்தமத சித்தாந்தங்களை உறுதிபடுத்த ஓர் சங்கம் கூட்டினான். இக்கோட்பாடுகளைப் பிரபலமாக்கும் கட்டளைகளைப் பிறப்பித்தான். இவற்றைத் துப்புரவாய்க் காத்துக் கொள்ள ஓராலோசனைச் சபையை ஏற்படுத்தி அதை ராஜாங்கத்தில் ஓர் இலாக்காவாக நியமித்தான். இவ்வுபதேசங்களை எங்கும் பிரசித்தஞ் செய்வதற்காக மிஷனெரிமாரை அனுப்பினான். புத்த

மத நூல்களை அதிகார பூர்வமாய்த் திருத்தி வெளியாக்க ஏற்பாடு செய்தான். இவ்விதமாய்ப் புத்தமதம் நிலைவரப்பட்டு பெலன் கொள்ள பெரும் சகாயம்புரிந்தான். தன் சொந்த குமாரனையும் குமாரத்தியையும் இலங்கைக்கு மிஷனெரிமாராக அனுப்பினான். வலசைபோன துரானியரால் புத்தமதம் தீபெத்துக்கும் சீனாவுக்கும் பரவினது. அங்கிருந்து கொரீயா, ஜப்பான் தேசங்களுக்குச் சென்றது. கி.பி. ஐந்தாம் நூற்றாண்டில் பர்மாவில் பரம்பினது. ஏழாம் நூற்றாண்டில் சீயம் ராஜ்யத்தின் மதமாகிவிட்டது. இதற்குள்ளாக இந்தியாவில் அது க்ஷீணதசை யடைந்துவிட்டது. பன்னிரெண்டாம், பதிமூன்றாம் நூற்றாண்டுவரை கொஞ்சம் கொஞ்சம் அது இந்துதேசத்தில் ஆங்காங்கு நிலைத்திருந்ததுண்டு; அப்பால் பூராவாய் அற்றுப்போயிற்று. இப்பொழுது பர்மா, இலங்கை, தீபெத்து, சீனா, ஜப்பான் தேசங்களில் புத்தமதம் வியாபித்திருக்கின்றது; இலங்கையில் சுமார்22 லக்ஷம் புத்தர் உண்டு.

புத்தமார்க்க சித்தாந்தங்களை உற்றாராயுங்கால், அவற்றில் சில தவறுகள் உளவென விளங்கும். சர்வேஸ்வர வஸ்து ஒன்று உண்டென்று புத்தர் நம்புகிறதில்லை. கௌதமனுடைய கோட் பாட்டிற்கு கடவுள் அவசியமில்லை. புத்தோபதேசத்தின் ஆதியும் அந்தமும் மனுஷனே. மனுஷன் தானே தன் சுயசக்தியினால் முக்தி சம்பாதித்துக்கொள்ளவேண்டியதே விதி. ஆகிலும் புத்த மத ஆலயங்களில் போய்ப்பார்த்தால், புத்தனையே கடவுள் ஸ்தானத்தில் வைத்து, புத்த பிரதிமைக்கு புஷ்பாலங்காரம் செய்து, தேவாராதனை நடப்பிப்பதைக் காணலாம். மானிடஜாதிக்குக் கடவுள் இல்லாமற் தீராதென்பது இதினால் ஸ்பஷ்டமாய் விளங்குகின்றது. பர்மாவிலுள்ள புத்த ஆலயங்களில் நாம் காணும் சுயரூபங்களைப்போல அத்தனை ஏராளமான விக்கிரகங்களை எந்த இந்து ஆலயத்திலும் காண்பதரிது.

சத்தியதூதன், நவம்பர் 1913, பக். 4

ஓர் கைப்பிடி புஷ்பத்தை புத்தபிரதிமை மீது சாற்றி, தீவர்த்திப் பொருத்திப் படைத்து, 108 மணிகளுள்ள ஜெபமாலையைக் கையில் வைத்து, அதித்தியம், துக்கம், சூனியம் என்று மாறி மாறி 108 தடவை கிளிப்பிள்ளைபோல் சொல்லிவிட்டு, வாரத்திற்

கோர்முறையும் திருவிழா தினங்களிலும் ஆலயம் தொழுவதுமே பர்மாதேசத்திலுள்ள புத்தர்களின் தேவதாபக்தி. பர்மர் தங்கள் வீடுகளில் பேய் பிசாசுக்குப் பயப்பட்டு, திருஷ்டிக்கழிப்புக் கழித்து, 'நத்' என்னும் பேய்வணக்கம் செய்துவருகிறார்கள். நத் வணக்கத்தை புத்தமதக் குருக்கள் கண்டனம் செய்தபோதிலும், சாதாரண ஜனங்கள வெகுவாய் அநுசரித்துவருகிறார்கள்.

புத்த சமயத்தின் நீதிநெறி உன்னதமும் சிரேஷ்டமுமான தென்பதை யாவரும் ஒப்புக்கொள்ள வேண்டியது. சர்வத்திராளும் சமானமென்று உபதேசிப்பதால் புத்தசமயத்தில் ஜாதிபேதத்திற் கிடமில்லை. ஸ்திரீகளுக்குப் பூரண சுயாதீனம் உண்டு. கல்வி, வித்தை, கலைக்ஞான நூல்கள் இவற்றை புத்தமதஸ்தார் வெகுவாய் விருத்தி செய்திருக்கின்றனர். தற்காலத்தில் இந்துக்களைப் பார்க்கிலும், புத்த சமயிகளுள் வாசிக்க எழுதக் கற்றவர்கள் ஜாஸ்தி. ஆகிலும் புத்தமதம் நாஸ்தீக மதமே. ஆனதுபற்றி, பாவம் இரட்சிப்பு என்பதைப்பற்றி சரியான அறிவு இவர்களுக்குக் கிடையாது. மனுசன் தன் சுயபிரயாசையினால் தானே தனக்கு மீட்பைச் சம்பாதித்துக்கொள்ள வேண்டுமென்பதே முக்கிய உபதேசம். புண்யம் சம்பாதிப்பதற்குப் பல வழிவகைகளைக் காண்பிப்பதினால், மனுஷன் தன் சுயநீதியின்மேல் சார்ந்து, தற்பெருமைகொள்ள எதுவுண்டாக்கிவிடுகிறது.

நிர்வாணதசை யடைவதே புத்தமதஸ்தர் நாடுகிற மோக்ஷ பதவி. 'நிர்வாணா' என்றால் 'ஆசையின்மை' என்றர்த்தம். அதென்ன வென்றால், தன்னறிவு யாதுமற்று, நன்மை தீமை ஆசை ஏதுமின்றி சும்மாயிருக்கும் பதவியே நிர்வாணமாம்! இதுவும் ஓர் உன்னத பதவியா?

இந்துமதம் புத்தமதத்தை இத்தேசத்தைவிட்டுப் பூராவாய்த் துரத்திவிட்டபோதிலும், புத்த மதத்திலிருந்து அநேக கொள்கை களையும், கோட்பாடுகளையும் சேர்த்துக்கொண்டதென்று அறிய வேண்டும். புத்தன் விஷ்ணு அவதாரங்களில் ஒன்றானான். ரத்தபலிகள் நின்றுபோயின. உயிர்வதை மட்டுப்பட்டது.

புத்தமதக் கோட்பாடுகளில் குறைவுகள் பல இருப்பினும், அதிலுள்ள சில சத்தியங்களைப் பிரபலமாக்குவதற்கு அம்மதஸ்தர்

பட்ட பிரயாசத்தைக் கவனிக்கும்போது வியந்துகொள்ள வேண்டியதே. இந்தியாவில் பிறந்த இம்மதம் மானிடஜாதியில் பாதிப்பங்குபேர் நம்பும் நம்பிக்கைக்கு ஆதாரமாகிவிட்டது ஆச்சரியமல்லாவா? புத்தனுக்காக அவர்கள் இவ்வரிய ஊழியத்தைச் செய்தனர். இயேசுகிறிஸ்துவுக்காக நாம் அவ்வளவு செய்யக்கூடாதா?

சத்தியதூதன், டிசம்பர் 1913, பக். 7-8

7. மகம்மது மார்க்கம்

வடமேற்கிலிருந்து இந்துதேசத்துக்குள் படையெடுத்து வந்த சேனைகள் மூலமாய் கி.பி.711-ம் ஆண்டில் மகம்மது மார்க்கம் இந்தியாவுக்குள் வந்தது. பட்டயத்தினாலும், சட்ட நிருப ஆக்ஞை யாலும் இம்மார்க்கம் நிலைவரம்பெற்று, பத்து நூற்றாண்டுகளாக அதிவிரைவில் வியாபித்தது. தற்காலத்தில் இந்தியாவிலுள்ள ஜனங்களில் ஐந்திலொரு பங்குக்கு அதிகமானவர்கள் மகம்மதியர். பாரசீகம், அரேபியா, துர்க்கிய ராஜ்யம், எகிப்து முதலிய தேசங்களில் வசிக்கும் மகம்மதியரிலும் ஜாஸ்தியான மகம்மதியர் நம் தேசத்திலிருக்கிறார்கள். இந்தியாவிலுள்ள ஆறனாக்கோடி மகம்மதியரில் மூன்று கோடிப்பேர் வங்காள மாகணங்களிலும், ஒரு கோடியே இருபது லக்ஷம்பேர் பஞ்சாபிலும், வடமேற்கு எல்லை மாகாணத்திலும், உத்தேசம் எழுபது லக்ஷம்பேர் ஐக்ய மாகணங்களிலும், சுமார் நாற்பத்தொன்பது லக்ஷம்பேர் பம் பாயிலும், நாற்பது லக்ஷம்பேர் தென்னிந்தியாவிலுமுண்டு. கடந்த பத்து வருஷத்தில் நூற்றுக்கு 6.5 வீதம் இவர்கள் பெருகியிருக் கிறார்கள்.

சத்தியதூதன், டிசம்பர் 1913, பக். 7-8

இந்தியாவில் வசிக்கும் மகம்மதியர் இரு பிரதான வகுப்பினர். ஒரு வகுப்பாருக்கு "ஸுன்னிகள்" என்றும் மற்ற வகுப்பாருக்கு "ஷீயர்கள்" என்றும் பேர். வட இந்தியாவிலுள்ள மகம்மதியர் பெரும்பாலும் மார்க்க வைராக்கியரான ஸுன்னி வகுப்பைச் சேர்ந்தவர்கள். இத்தேச முழுவதிலும் ஷீயர்கள் வகுப்பினர் சுமார் ஐம்பது லக்ஷம் மாத்திரம். மகம்மது சமயத்திற்கு இஸ்லாம் என்றும் பெயர் வழங்குவதுண்டு. "இஸ்லாம்" என்ற பதம் "பக்தி" அல்லது "கையளித்தல்" என்று பொருள்படும்.

இஸ்லாமியர் யாவரும் தங்களது மார்க்கம் இமான் என்னும் சித்தாந்தமும் தீன் என்னும் அனுஷ்டானமும் அமைந்துள தென் கிறார்கள். மார்க்க பக்தரான மகம்மதியர் விசுவசிக்கவேண்டிய சித்தாந்தம் யாதெனில், தேவன், தூதர், ஆகமங்கள், நபிமார், நடுத்தீர்ப்புநாள், நன்மை தீமை, முன் குறித்தல் என்பவைகளே.

1.தேவன் – ஒரே தேவன் உண்டென்றும், அவர் சர்வ வல்லவர் என்றும் இஸ்லாமியர் விசுவாசிக்கிறார்கள். தேவனைத் தவிர வேறே தேவனில்லை என்பதே அவர்களுடைய விசுவாசப் பிரமாணத்தின் மூலவாசகம். அல்லா என்பது "தேவன்" என்று பழைய ஏற்பாட்டு ஆகமங்களில் திருப்பியிருக்கும் "எல்", "ஏலோகீம்" என்ற பதத்தின் அரபி ரூபமேயாம். தேவன் ஒருவரே என்னும் ஏகேஸ்வர் வணக்கத்தைச் சாதிப்பதில் மகம்மதுமார்க்கம் புத்த இந்து மதங்களிலும் சிரேஷ்டமானது. என்றாலும் தேவனைப் பற்றிய மெய்யறிவில் இஸ்லாம் குறைவுள்ளதென்றே சொல்ல வேண்டும். "மகம்மது மார்க்கத்தின்படி சுயாதிபத்தியமும் கருணை யற்ற சர்வ வல்லபமுமே தேவனுடைய லக்ஷணங்கள்; சிருஷ்டி களின் நன்மை தீமைகளில் கடவுள் பச்சாத்தாபப்படுகிறவரல்ல; 'தேவன் அன்பாகவே இருக்கிறார்' என்னும் கிறிஸ்து மார்க்க சத்தியம் அறிவாளிகளான மகம்மதியர் பார்வையில் தேவதூஷண மாகவும், அறிவிலிகளின் புத்திக்கு மறைபொருளாகவும் விளங்கு கின்றது" என்று மகம்மதிய நூல்களை உற்றாராய்ந்த கவிமர் சாஸ்திரியார் பகர்ந்திருக்கிறார்.

2. தேவதூதர்கள் - மூன்று வகுப்பான அசரீரி வஸ்துக்க ளுண்டென்பது இஸ்லாமியர் கோட்பாடு. அவைகளாவன:- தேவ தூதர், ஆவிகள், சாத்தானும் அவனது கணங்களும்.

3. ஆகமங்கள் – தேவன் இவ்வுலகத்திற்கு 104 திவ்விய அதிகாரமுள்ள ஆகமங்கருளினாரென்றும்; அவற்றில் நான்கு நூல்கள் தவிர, மற்றவையெல்லாம் சோர்ந்துபோயினவென்றும் மகம்மதியர் சொல்லுகிறார்கள். அந்த நான்கு நூல்களாவது:- மோசேயின் நியாயப்பிரமாணமாகிய தௌராத், தாவீதின் சங்கீதங் களெனப் பேர்வழங்கும் சபூர், ஈசாநபியின் இஞ்சீல், முகம்மதுநபி அருளின கொரான், என்பவைகளே. இவற்றில் கொரான் அநாதியாய் எவராலும் சிருஷ்டிக்கப்படாத நூல் என்று மகம்மதியர்

பாராட்டிக்கொள்வர். மற்ற மூன்று கிரந்தங்களையும் கொரான் புகழ்ந்து பேசினபோதிலும், அவை மூன்றிலும் தப்பறை உபதேசங்கள் நுழைந்துவிட்டனவென்றும், கடைசி நபியாகிய மகம்மதுநபிக்கு அருளப்பட்ட கொரான் வந்தபோது மற்றவற்றில் கண்ட கற்பனை யனைத்தும் தள்ளுபடியாகிவிட்டனவென்றும் இஸ்லாமியர் சொல்லுகிறார்கள்.

கொரான் ஓர் விசேஷித்த நூல் என்பதற் கையமில்லை. பரிமாணத்தில் நமது புதிய ஏற்பாட்டைவிடச் சற்று சிறியதே. அதில் 114 அத்தியாயங்கள் உண்டு. அத்தியாயங்களில் வரும் ஒவ்வோர் விசேஷ பதங்களைக் கொண்டு, அத்தியாயங்களுக்குச் சிறப்பு நாமங்களிட்டிருக்கிறார்கள். உதாரணமாக: பசு, தேனீ, ஸ்திரி, எறும்பு, சிலந்திப்பூச்சி முதலிய வினோத நாமங்கள் அத்தியாயங்களுக்குண்டு. இதில் கண்ட சரித்திரங்கள் காலக்கிரமப்படி ஒழுங்குப்படுத்தப்படவில்லை. தவிரவும், இந்நூலில் நியாய தோரணை கண்டுபிடிப்பது அரிது; இதிலடங்கிய செய்யுட்களில் ஒன்றுக்கொன்று பொருத்தமற்ற பொருட்கள் துக்குடிதுக்குடியாக வருவதுமன்றி, பொய்யும் மெய்யும், சரித்திரமும் கட்டுக்கதையும், பிரார்த்தனையும் சாபங்களும் ஒழுங்கில்லாமல் கலந்துவருகின்றன. மகம்மதியரோ பாஷைநடையிலும் சொல்லகங்காரத்திலும் கொரானுக்கு நிகரான நூல் கிடையாதென்றும், அதன் உற்பத்தி, பொருள், ஆக்ஞை யாவும் அற்புத பூர்வீகமானதென்றும் சொல்லிக்கொள்ளுவார்கள்.

கொரானில் கண்ட உபதேசங்களில் குறைகள் பலவுள:- (1) சரித்திரப் பிசகுகள் மிகுதி (2) பிரமாண்ட கட்டுக்கதைகள் அனந்தம் (3) உலக சிருஷ்டிப்பின் விவரம் தப்பு (4) வீண் ஐதீகங்கள் ஏராளம் (5) அடிமைத்தனம், பலதாரம் படைத்தல், இஷ்டப்படி மனையாளைத் தள்ளிவிடல், மார்க்க விஷயமான நிஷ்டூரம், ஸ்திரீ ஜனங்களை அந்தர்ப்புரத்தில் அடைத்து அறியாமையில் வளர்த்தல் முதலிய குரூர ஒழுங்குகளை நிலைப்படுத்திவிடுகிறது.

4. நபிமார் – "நபி" என்றால் "தீர்க்கதரிசி" என்றர்த்தம். இஸ்லாமியர் நபிமார் பலரை ஒப்புக்கொள்ளுகிறார்கள். அவர்களில் பெரும்பான்மையோர் நம்முடைய பழைய ஏற்பாட்டாகமத் தீர்க்கதரிசிகளே. நபிகள் எல்லோரையும் ஒன்றுபோல நேசித்து

மதிக்கிறதாக மகம்மதியர் சொல்லிக்கொண்டபோதிலும், மகம்மது நபியையே உள்ளக்கனிவுடன் நேசித்து, அவருடைய போதனை சாதனைகளையே தங்கள் நடக்கைக்குப் பிரமாணமாக வைத்து வருகிறார்கள்.

5. நடுத்தீர்வை நாள் – இஸ்லாமியரின் விசுவாச சூத்திரத்திலும் கொரானிலும் நடுத்தீர்ப்பு நாளைப்பற்றிச் சவிஸ்தாரமாய் சொல்லி யிருக்கின்றது. உயிர்த்தெழுதலின் நாள் என்றும், பிரிக்கும் நாள் என்றும், கணக்கிடும் நாள் என்றும் அந்நாள் அழைக்கப்படுகிறது. மார்க்க பக்தருக்கு சரீர இன்பங்களும் அவிசுவாசிகளுக்குச் சரீர வேதனைகளும் நித்தியமாய் லபிக்குமென்பது மகம்மதியரின் நம்பிக்கை. "இஸ்லாமியருடைய சுவர்க்கம் இரத்தினக் கம்பள மஞ்சங்களும், பளிங்கு ஜாடிகளும், திராட்சரசம் நிரம்பிவடியும் பாத்திரங்களும் நிறைந்துள்ள மனோஹர நந்தவனம் என்றும், அவ்விடத்திலிருப்போரின் கண்கள் இருளடைவதுமில்லை, புத்தி மயங்குவதுமில்லை என்றும், நித்திய கன்னிகைகளை அவர்கள் சதாகாலமும் அநுபவிப்பார்கள்" என்றும் கொரானில் வர்ணித் திருக்கின்றது.

சத்தியதூதன், ஜனவரி 1914, பக். 12

6. முன்குறித்தல் – இஸ்லாமியருடைய விசுவாச அறிக்கையின் கடைசி அம்சமாகிய இதுவே மகம்மது சமயத்தின் நெற்றிக்கல் போன்ற பிரதான உபதேசம். இதின் பலன் விதிவச நம்பிக் கையே. இஸ்லாமியரில் பலபிரிவினர் மனுஷன் சுயாதீன சித்த முள்ளவனல்லவென்றும், கடவுளின் நித்திய ஆக்ஞைக்குக் கீழடங்கி நடக்கவேண்டியவனாயிருக்கின்றதால் தான் நடப்பிக்கும் பாவ புண்ணிய கர்மங்களுக்கு அவன் உத்திரவாதியல்லவென்றும் சொல்லுகிறார்கள். மகம்மதியரின் மார்க்கத்துக்கு இஸ்லாம் என்பது தகுந்த நாமதேயமே. விதிவசத்திற்கு ஒப்புக்கொடுத்து விடுதல் என்பதே அதின் கருத்து. இக்கோட்பாடே மகம்மது சமயிகளின் நாகரீக விருத்திக்கு இடறுகட்டையாய் விளங்கி நிற் கின்றது. "இவ்வுபதேசத்தைப் பற்றி கொரானில் கண்ட வியாக்கி யானம் என்னமாயிருந்தாலும் சரி, மகம்மதிய தேசங்களிலெல்லாம் பிரதான பிரமாணம் விதிவசமே. இஸ்லாம் சமயத்தையமைந்த ஜாதியார் யாவரும் க்ஷீணதசை யடைவதற்குக் காரணம் இந்த உபதேசமே" என்று கனோன் செல் ஐயர் பகர்ந்திருக்கின்றனர்.

தீன் என்னும் அனுஷ்டானங்கள் ஐந்து:- (1) தேவதனைத் தவிர வேறே தேவன் இல்லையென்றும், மகம்மதுநபியே தேவனுடைய அப்போஸ்தலன் என்றும் என்றும் சாட்சி பகர்வது; (2) ஜெபத்தில் திட்டவட்டமாயிருப்பது; (3) ஏற்பாட்டின்படி தர்மம் செய்வது; (4) ரம்ஜான் மாதத்தில் உபவாசமாயிருப்பது; (5) பொருளிருக்குங்கால் மெக்காவுக்கு ஸ்தலயாத்திரை செய்வது, தேவதீர்மானத்துக்குத் தன்னை கையளித்து, தேவ சித்தத்துக்குக் கீழடங்கி, இப்பஞ்சானுஷ்டானங்களை நிறைவேற்றுபவனே இஸ்லாமியன் என்று மகம்மதுநபி உரைத்திருக்கின்றனர். இந்த ஐந்து நியமங்களையும் அனுஷ்டிக்கிறவர்களுக்குப் புண்ணியமுண்டாம். இவைகள் மார்க்க ஆதாரங்களெனப் பெயர்பெறும். இவற்றைப் பக்திவிநயமாய் அநுசரிப்பதே உத்தம மகம்மதியனுக்கு அடையாளம். இவைகளில் ஒன்றில் தவறினாலும் ஆக்கினை லபித்து விடுமாம்.

சத்தியதூதன், மார்ச் 1914, பக். 20

மகம்மதுநபி மரித்து இரண்டு நூற்றாண்டுகளுக்குப் பின்னர் இயற்றப்பட்ட பாரம்பரை நூற்றிரட்டில் இந்த அனுஷ்டானங்கள் யாவும் விஸ்தாரமாயும் திட்பநுட்பமாயும் கூறப்பட்டிருக்கின்றன.

1. அறிக்கை – இஸ்லாமியரின் விசுவாச சூத்திரமே சகல மதஸ்தருடைய விசுவாசப்பிரமாணங்களிலும் ரத்னச் சுருக்கமானது:- "லா-இலாஹா-இல்ல-லாகூ; மகம்மது-ரசூல்-அல்லா". தேவனைத் தவிர வேறே தேவன் இல்லை; மகம்மது அவருடைய தீர்க்கத்தரிசி என்பது அவ்வறிக்கையின் பொருள். இதுவே இஸ்லாம் சமயத்தின் சட்டவாக்கியம். உலகத்தின்கண்ணுள்ள எத் தேசத்து மகம்மதியனும் எச்சமயத்திலும் இந்த ஏழு அரபிப் பதங்களையுமே தன் விசுவாச அறிக்கையாக உச்சரிப்பான்.

2. ஜெபம் – கிழக்கு வெளுக்கும் நேரத்திலும், மதியம் திரும்பும் போதும், சூரிய அஸ்தமனத்திற்கு இரண்டுமணி நேரமிருக்கும் வேளையிலும், அஸ்தமன சமயத்திலும், பொழுதுபோய் இரண்டு மணி நேரம் கழித்த தருணத்திலும் ஆகத் தினமொன்றுக்கு ஐந்து வேளை மகம்மதியன் ஒவ்வொருவனும் அரபிபாஷையில் ஜெபம் சொல்லவேண்டுமென்பது ஏற்பாடு. நோக்கி ஜெபிக்கவேண்டிய

திசை, ஜெபத்திற்குத் தகுதியான அங்கநிலை, அவசியாமன சரீர சுத்தம் யாவும் மகா முக்கியம். இவைகளில் தினையாளவு தவறி விட்டாலும் ஜெபத்திற்குப் பலிதமுண்டாகாதாம். பள்ளிவாசல் ஒவ்வொன்றிலேயும் பிரதிதினம் ஐந்துமுறை மோல்வி இரைந்து ஜெபத்துக்கு ஜனங்களை அழைப்பான். அரபிபாஷையில் அவன் வசனிக்கும் வார்த்தைகளின் பொருள் யாதெனின்: "தேவன் மகா பெரிய தேவன்! தேவன் மகா பெரிய தேவன்! தேவன் மகா பெரிய தேவன்! தேவனைத்தவிர வேறே தேவனில்லை. மகம்மதுவே தேவனுடைய நபி! மகம்மதுவே தேவனுடைய நபி என்று சாட்சியாய்க் கூறுகிறேன்! ஜெபம் செய்ய வா! ஜெபம் செய்ய வா! நல்வாழ்வடைய வா! நல்வாழ்வடைய வா! தேவன் மகா பெரிய தேவன்! தேவன் மகா பெரிய தேவன்! தேவனைத்தவிர வேறே தேவனில்லை" என்பதே. கிழக்கு வெளுக்கும் சமயத்தில் அழைக்கும்போது, "நித்திரையைவிட ஜெபம் சிரேஷ்டம்!" என்று, "நல் வாழ்வடைய வா" என்னும் வசனங்களுக்குப்பின் கூட்டிக் கொள்வதுண்டு. இது நல்ல காரியமென்றபோதிலும் செய்யப் படும் ஜெபம் அரபிபாஷையில் சொல்லப்படுவதால் அதை இருதயப் பிரார்த்தனையோடு சேர்க்கப்படாது. உலகத்திலுள்ள மகம்மதியரில் முக்கால்வாசிபேர் தாங்கள் அறியாத பாஷை யிலேயே தினசரி ஐந்துதடவை ஜெபித்துவருகிறார்கள். ஆகவே ஜெபம் அவர்களுக்கு வீண்வார்த்தைகளை அலப்பும் வாடிக்கை யாகவும், கிளிப்பிள்ளை பாடமாகவுமே ஆகிவிடுகிறது.

3. உபவாசம் – இஸ்லாமியருக்குப் பிரதான உபவாசகாலம் ரம்ஜான் மாதம். இம்மாதத்தில் பிரதிதினம் அருணோதயத்திற்கும் அஸ்தமனத்திற்குமிடையில் ஒரு சொட்டுத் தண்ணீராவது ஒரு வாய் அன்னமாவது எவரும் தொடக்கூடாது. தவிரவும் இந்நாட் களில் அன்னபானம் மட்டுமல்ல, ஸ்நானம், சுருட்டு, மூக்குத்தூள் முதலியவற்றையும் கட்டோடே விலக்க வேண்டும். ஓர் புஷ்பத்தை முதலாய் முகர்ந்து பார்க்கக்கூடாதென்பது விதி என்றாலும் மற்றெந்த மாதத்தைப் பார்க்கிலும் உணவுக்கென்று மகம்மதியர் இம்மாதத்திலேயே அதிகச்செலவு செய்கிறார்களென்பது வாஸ் தவமே. இராமுழுவதையும் சிற்றின்பத்திலும் விருந்துகளிலும் சம்பிரம் போஜனாதிகளிலுமே கழிப்பது சகஜம்.

சத்தியதூதன், மே 1914, பக். 27

4. தானதருமங்கள் – "ஜகாத்" என்னும் வார்த்தையின் பதத்திற்கு "சுத்திரகரித்தல்" என்பது பொருள். ஏழைகளுக்கு வழங்கி ஆஸ்தியை அனுபவித்தால் மீதியெல்லாம் சுத்தமாய்ப் போகுமென்ற கொள்கைக்கு இசைய, ஏற்பாட்டின்படியான தானதர்மங்களுக்கு, "ஜகாத்" எனப் பேர்வந்தது. தர்மத்திற்காக வழக்கமாய்ப் பிரித்து வைக்கவேண்டிய பாகம் வருமானத்தில் நாற்பதிலொன்று. ஏழைகள், இல்லகமற்றோர், வரிதண்டுவோர், அடிமைகள், கடன்காரர், இஸ்லாம்மதப் போர்புரிவோர், பிரயாணிகள் முதலான ஏழுவகையாருக்கும் இதை ஈந்துவிடலாம். இவை யாவும் தர்மமே!

5. ஸ்தலயாத்திரை – மெக்கா ஸ்தலயாத்திரையை ஹஜ் என்றழைப்பார்கள். இது இஸ்லாம் சமயத்துக்கு ஒரு பலத்து தூண். தவிரவும் இஸ்லாமியரை ஒன்றுசேர்க்கும் பலத்த கட்டும், இஸ்லாம்மார்க்கப் பிரபல்யத்திற்கு ஓர் முக்கிய சாதனமும் இதுவே. ஸ்தலயாத்திரை செய்யும் காலத்தில் உலகத்தின் நானா பாகங்களிலிருந்தும் அறுபதினாயிரம், தொண்ணூறாயிரம் யாத்திரிகர் வருஷந்தோறும் மெக்காவுக்குப் போகிறார்கள். பிராயமான மகம்மதியரில் ஸ்திதியுள்ள புருஷர் ஸ்திரீகள் யாவரும் மெக்காவுக்கு யாத்திரை போகவேண்டுமென்பது சட்டம்.

மேற்காட்டிய அனுஷ்டானங்கள் தவிர, விருத்தசேதமென்னும் ஓர் சடங்குமுண்டு. இந்த அனுஷ்டானம் கொரானில் ஒருதடவைக் கூடச் சொல்லப்படாவிடினும், இதுவே இஸ்லாமில் சேரும் ஒவ்வொரு ஆணும் முதலாவதாக அனுசரிக்கவேண்டிய நியமம். சுன்னத்துச் செய்யத் தவறுதல் மார்க்கத்தை மறுதலிக்கிறதற்குச் சமானமாகப் பாவிக்கப்படும்.

சத்தியதூதன், ஜூலை, 1914, பக். 35

இதன் தொடர்ச்சி டிசம்பர் மாதம் வெளியானது. ஜூலைக்குப் பின் இத்தனை மாதங்கள் இடைவெளியில் வெளியிட்ட காரணத்தை அறிய இயலவில்லை.

தேவனை உலகத்திற்கு வெளிப்படுத்தியிருக்கிறவரும், பாவங்களை நீக்கி ரட்சிக்கிறவரும், ஸ்திரீ ஜனங்களுக்கு சுயாதினம் அளிப்பவருமாகிய இயேசுகிறிஸ்துநாதர் இந்தியாவிலுள்ள ஆறரைக்

கோடி இஸ்லாமியருக்கும் அத்தியந்த அவசியம். மகம்மது மார்க்கத்தின் தூண்களென்று சொல்லப்படுகிற பஞ்சானுஷ்டானங்கள் தெரிந்த நாணல் தூண்களே. மத்தியஸ்தரும் பாவப் பிராயச்சித்தப் பலியுமான ஒருவருக்காகத் தவனங்கொண்டிருக்கும் ஆத்துமாவை ஏகதேவ வணக்கம் மாத்திரத் திருப்திசெய்யமாட்டாது. இஸ்லாமியரின் ஜெபங்கள் வெளியாசாரக் கிரியைகளும் வெறும் வார்த்தைகளுமே. ஜெபிக்கிறவர்களில் மனத்தூய்மை இருக்கவேண்டுமென்று அம்மார்க்கம் கற்பிக்கிறதுமில்லை. ஜெபத்தினால் இருதய சுத்தமடைவதும் அசாத்தியம். இம்மார்க்க உபவாசங்கள் வெளிவேஷத்திற்கும் ஆராதூரிதனத்திற்கும் ஏதுகரமே யன்றி வேறல்ல. தானதர்மங்களோ சோம்பேறித்தனத்திற்குக் கைகொடுக்கின்றவைகளாயிருக்கின்றன. மெக்கா யாத்திரை சுயநலத்தையும் கர்வத்தையும் உண்டாக்கும் ஏதுவே.

இந்தியாவிலுள்ள மகம்மதியருக்காக நாம் என்ன செய்யக்கூடும்? (1) இஸ்லாமியரோடு அனுதாபத்தோடும் அறிவோடும் சம்பாஷிக்கத்தக்கதா கொரானையாவது, மகம்மது மார்க்கத்தைப் பற்றிச் சொல்லிய மற்ற ஏதாமொரு நூலையாவது படிப்பது நலம். (2) ஒரே தேவ வணக்கமும் ஜாதிபேதமின்மையும் மகம்மது மார்க்கத்திலுள்ள சிரேஷ்ட குறிப்புகள் என்பதை உணர்ந்து நம்பிக்கையோடு அவர்களுக்குள் சாட்சி பகரவேண்டும். (3) தேவ அன்பையும் பாவம் நீங்கும் வழியையும் பரிசுத்தமாய் ஜீவிக்கும் ரகசியத்தையும் அன்போடு அவர்களுக்குச் சொல்ல வேண்டும். (4) இஸ்லாம் மதஸ்தரான ஆறரைக்கோடி ஜனங்களுக்காகவும் அவர்களுக்காக வேலைசெய்யும் மிஷனெரிமாருக்காகவும் விண்ணப்பம் பண்ண வேண்டும்.

சத்திய தூதன், டிசம்பர் 1914, பக். 30

8. இந்து சமயம்

இந்தியாவின் குடிகளில் மூன்றில் இரண்டு பங்கு ஜனங்களின் மார்க்க சித்தாந்தங்கள், மதானுஷ்டானங்களுக்கு இந்துசமயம் என்ற பேர் வழங்கிவருகிறது. மற்ற மதப் பெயர்களுக்கும் இதற்குமுள்ள வித்தியாசத்தைக் கவனித்துக்கொள்க. இந்துசமயம் என்பதற்கு இந்து தேச சமயம் என்பதே பதப்பொருள். பஞ்சாப், வடமேற்கு மாகாணம், காஸ்மீர், பர்மா மாகாணங்கள் நீங்கலாம மற்றெல்லாவற்றிலும் இந்துசமயத்தவரே ஜாஸ்தி. இவர்கள் தொகையோ ஜனசங்கைக்கு ஜனசங்களை சற்று குறைந்துவருகிறது. 1891-க்கும் 1901-க்கும் இடையில் 100-க்கு 1.5 வீதம் குறைவு. 1901-க்கும் 1911-க்கும் இடையில் 100-க்கு 4.5 வீதம் ஜாஸ்தி.

இந்துசமயம் ஒரே தன்மையதான மார்க்கக் கொள்கையிலிருந்து பிறந்ததன்று. அது ஒரே அடியிலிருந்தாவது ஒரே வேரிலிருந்தாவது தோன்றின ஒரே ஆலவிருக்ஷம் போன்றதல்ல. ஓரிடத்தில் பெரிதும் சிறிதுமான நானாவகை மரங்கள் செடிகள் நிற்பதாகவும், நிற்கும் செடிகளில் சில ஒரே வேரிலிருந்து தோன்றியும், இன்னும் சில தூரத்திலிருந்து கொண்டுவந்து நாட்டியும் உள்ளதாகவும், இவைகளெல்லாவற்றையும் தன் நிழலின்கீழ் அடக்கிக்கொண்ட ஓர் பெரிய ஆலவிருட்சம் இவற்றிற்கு மேலாக நிற்பதாகவும் பாவித்துக்கொண்டால், அப்பேர்பட்ட ஒரு விருட்சத்திற்கே இந்து மார்க்கத்தை ஒப்பிடலாம். சர்வேசுரவஸ்துவைக் கிட்டிச் சேர்வதற்கு அரபிக்கடலுக்கும் வங்காளக்குடாவுக்கும், இமாலயமலைக்கும் கன்னியாகுமரி முனைக்கும் மத்தியில் மானிடர் என்னென்ன வழிகளை ஏற்படுத்திக்கொண்டார்களோ அவைகளனைத்திற்கும் சேர்த்தே இந்து மதம் என்று பேர் வந்திருக்கிறதாகச் சொல்லலாம். கலைக்கான வித்வான்களும், முடிமன்னரும், ஆராதிக்கும் பெரிய பெரிய ஆலயங்களும், சாதாரண ஜனங்கள் மூடத்தனமாய்க் கூட்டி வைத்து குங்குமப் பொட்டிட்டு மலர்தூவி நமஸ்கரிக்கும் ஒருபிடி

களிமண்ணும், எவனோ ஒருவன் ஆவேசம் நிற்பதாகப் பாவித்து வழியருகே இரண்டுகல் சேர்த்துத் தீபம் ஏற்றி அர்ச்சனைசெய்யும் சமாதியும், எல்லாம் இந்து சமயத்துக்குள் சேர்ந்ததே. இவற்றில் எதைக் கையாடுகிறவனும் இந்து சமயத்தவனே.

இதர மதங்களோடு சம்பந்தப்படும் பொழுதெல்லாம் அவ்வவ வற்றிலுள்ள சிற்சில அம்சங்களைத் தன் சித்தாந்தங்களோடு சேர்த்துக் கொண்டு, காலத்துக்குத்தக்கதா மாறிக்கொள்வதே தொன்றுதொட்டு இந்துமத வழக்கம்.

பூர்வம் இப்பரதகண்டவாசிகளான ஆவேசவணக்கத்தாருடன் இந்துமதஸ்தர் சம்பந்தப்பட்டபோதும், அப்பால் புத்தமதம் வந்தபொழுதும், இந்நவீன மதங்களிலிருந்தும் இந்துமதம் சில சித்தாந்தங்களைச் சேர்த்துக்கொண்டதென்று கவனிக்கலாம். தற் காலத்திலுங்கூட மகம்மதுமார்க்கக் கொள்கைகளுக்கும் கிறிஸ்து மத உபதேசங்களுக்கும் இசைவாய் மாற்றப்பட்ட இந்துமதா சாரங்களும், வியாக்கியானங்களும் பல உள.

இந்துக்கள் தங்கள் ஆகமங்களை "வெளிப்படுத்தல்" என்றர்த்தங் கொடுக்கும் "சுருதி" என்றும், "பாரம்பரியம்" என்றர்த்தங் கொடுக் கும் "ஸ்மிர்தி" என்றும் இரண்டு வகுப்பாய்ப் பிரித்திருக்கிறார்கள். இருக்கு, யஜூர், சாமம், அதர்வணம் என்ற சதுர்வேதமே முந்தின வகுப்பைச் சேர்ந்தது. இவைகள் ஆயிரம் வருஷக்காலமாய் எழுதப் பட்டவை. கி.மு. 1500-ம் வருஷம் துவக்கி, கி.மு. 500-ம் வருஷம் வரை எழுதப்பட்டிருக்கலாம். ஒவ்வொரு வேதத்திற்கும் மந்திரம், பிராமணம், உபநிஷதம் என மூன்று முக்கிய பிரிவுகளுள. இம்மூன்றும் மூன்று திட்டமான காலங்களில் ஒன்றன்பின் ஒன்றாய் வெளியானவை. இந்நூல்களை ஆராயுங்கால் இந்துசமய விருத்தியின் பற்பல பக்குவதசைகளைக் காணலாம்.

சத்தியதூதன், டிசம்பர் 1914, பக். 7

முதலாவது: மந்திரங்கள் எழுதப்பட்ட காலம்:- மந்திரங்கள் தான் ஒவ்வொரு வேதத்திலும் அதிபூர்வ பாகம். இவை கி.மு. 1500-க்குப் பின்னும், கி.மு.800-க்கும் முன்னும் எழுதப் பட்டிருக்கவேண்டுமென்று தோன்றுகிறது. இந்து கதி தீரத்தில் ஆரியர் குடியேறினகாலத்தில் அவர்கள் பாடிய பாடல்களும்

சொன்ன ஜெபமந்திரங்களும் அவைகளில் அடங்கியிருக்கின்றன. இப்பாடற்றிரட்டுகளில் மகா முக்கியமானதும் அதி பூர்வீக மானதுமே இருக்கு வேதம். பற்பல தேவர்களின்பேரில் பாடிய பாடல்களும் ஸ்துதிகளும் இதில் உள. சாமவேதத்தில் பெரும் பாலும் இருக்குவேத ஜெபமந்திரங்களே உண்டு. 75 பாடல்கள் மாத்திரம் புதிது. இதில் சோமயாகம் அர்ப்பணை செய்யும் சமயத் தில் எவவற்றை எப்போதெப்போது சொல்லவேண்டுமென்றும் அவவற்றை இன்னின்ன ராகத்தில் பாடவேண்டியது என்றும் ஒழுங்குபடுத்தி விரித்திருக்கிறது. யஜூர் வேதத்திலுள்ள மந்திரங் களிலும் பெரும்பாலும் இருக்கு வேதத்திலுள்ளவைகளே உண்டு. இத்துடன் வசனரூப மூலமந்திரங்களும் சில உள. பற்பல பலி செலுத்தும் சமயத்தில் அவவற்றை உபயோகிக்கவேண்டிய கிரமப் பிரகாரம் அவைகள் ஒழுங்குப்படுத்தப்பட்டிருக்கின்றன. இந்த மூன்று வேதங்கள் மாத்திரம் வேதப்பிரமாணங்களாக முதலில் ஒப்புக்கொள்ளப்பட்டன. அதர்வண வேதமாகிய நான்காம் வேதம் பிசாசுக்களைக் கட்டும் மாந்திரிய வாக்கியங்கள் நிறைந்திருக் கின்றது. வெகு காலப் போராட்டத்தின்பேரிலேயே மற்ற மூன்று வேதங்களோடும் இது சேர்த்துக்கொள்ளப்பட்டது.

இந்தியாவில் குடியேறிய ஆரியர்களுடைய பூர்வ மதம் அல்லது "சதுர்வேத மதம்" எப்படிப்பட்டதென்று இப்புராதன பாடல்களைக் கொண்டு தீர்மானிக்குங்கால், அது இயற்கைத் தத்துவங்களை தெய்வங்களாக வழிபடும் மார்க்கமாக விருந்தது என்று தோன்று கிறது. சதுர்வேத மதானுசாரம் சுலபமானதே. ஒவ்வொரு குடும் பத்திலும் ஒவ்வோர் பள்ளமிருக்கும். அதில் திவ்ய அக்னி எரிந்து கொண்டிருக்கும். அதில் சோமரசமும் நெய்யும் ஊற்றி தேவர் களுக்குப் பலியாகத் தகனிப்பார்கள். மிருகபலிகளும் சாதாரண மாய்ச் சமர்ப்பிக்கப்பட்டன.

இரண்டாவது: பிராமணங்கள் எழுதப்பட்டக் காலம்:- இவை கி.மு. 800-க்குப் பின்னும் கி.மு. 500-க்கு முன்னும் எழுதப் பட்டவையென்று சொல்லலாம். தேவர்களைச் சாந்திசெய்ய புதுப் புது ஜெபமந்திரங்கள் பாடும்வேலை ஒழிந்த பூசாரிகள் யாகத்திற்கு வேண்டிய சடங்காசாரங்களை விஸ்தாரமாக்குவதில் காலம் போக்கினார்கள். இத்தொழிலை ஏற்றப்படி செய்யத்தக்க

பூசாரிகளைப் பயிற்றுவிப்பதற்குப் பூசாரி பாடசாலைகளும் இருந்தன. இவைகளில் படித்த பூசாரிகள் சடங்காசாரப் பாடப் புஸ்தகங்களே பிராமணங்கள். சதுர்வேத மந்திரங்களுக்கும் ஆசாரங் களுக்குமுள்ள சம்பந்தத்தையும் ஒவ்வொரு சடங்குக்குள்ள ஞானார்த்தத்தையும் இதில் வசனரூபமாக விவரித்திருக்கின்றது. நாலு வேதத்துக்கும் நாலு பிராமணம் உண்டு. யாகம் நிறைவேற்றும் வேளையில் பூசாரிகள் தாம் தாம் செய்யவேண்டியதைத் திட்ட வட்டமாய் செய்யத்தக்கதாகக் குறிப்புகள் இதில் கண்டிருக்கின்றன. உலகத்திலுள்ள சகல கிரந்தங்களிலும் இவற்றைப்போல படிப் பதற்குச் சுவையற்றதும் கேட்பதற்கு ருசியற்றதுமான நூல்கள் எங்குமில்லை என்பது பொது அபிப்பிராயம்.

புனர்ஜனன உபதேசம் இக்காலத்திலேயே தலைகாட்டுகிறது. ஜாதிபேத ஏற்பாடும் இப்போதே உற்பத்தியானது. ஆரியர்கள் அலகாபாத்வரையிலும் பரவிவிட்டார்களென்று தோன்றுகிறது.

மூன்றாவது காலம்: உபநிஷத காலம் – இது பிராமண கலைக் ஞானத்தின் பிந்தின விருத்தியைக் காட்டுகிறது. வெகுகாலமாய்ப் பலபல யாகங்களையும் நைவேத்தியங்களையும் அநுஷ்டித்துக் களைத்துப்போன சிலர், மதத்தின் சாராம்ஸம் சடங்காசாரத்தில் அல்ல இருதய பக்தியிலே நிற்கிறதென்ற பெரிய சத்தியத்தைக் கண்டறிந்தார்கள். இதின் விபரமே யோகஞான விஷயமான நூல்களாகிய ஆரண்யகாசம் என்றும் கிரந்தங்களில் கண்டிருக்கிறது. காட்டில் ஏகாந்தத்திலிருந்து ஓதும்படிக்கோ, கற்கும்படிக்கோ எழுதப்பட்டவையாகையால் ஆரண்யகாசம் என்ற பேர் வந்தது. “உபநிஷதம்” என்றால் பக்கத்தில் உட்காருதல் என்றர்த்தம். குருவின் பக்கத்தில் உட்கார்ந்து கற்கும் போதனை என்ற கருத்துக்கொள்ளும். அப்பால் இவ்வித அந்தரங்க ஆழ்ந்த போதனையைக் குறிக்க அவை பிராமணங்களின் அந்தத்தில் சேர்க்கப்பட்டபடியால் வேதத்தின் முடிவு என்று அர்த்தங்கொண்ட “வேதாந்தம்” என்றும் அழைக்கப்படுகின்றன. பரமாத்மாவின் தன்மையைப்பற்றியும், பிறப்பு நீங்கி பரமாத்மாவோடு ஜீவாத்மா ஐக்யமாகி முக்திசேரும் வழியைப்பற்றியும் உபநிஷத்தில் கூறியிருக்கிறது. உபநிஷத நடை செய்யுள்ளலங்காரமும் தர்க்க சம்பாஷணைகளும் தத்துவசாஸ்திர மனோராஜ்யங்களும் கலந்துள்ளதாகக் காணப்படுகிறது. சர்வமும்

தெய்வம் என்ற உபநிடத மூலாதார சித்தாந்தம் பிற்காலத்தில் வேதாந்த சாஸ்திரமாக பெருப்பிக்கப்பட்டது.

மேலே கண்ட மூன்று கோர்வையான நூல்களே வேதம் என்றழைக்கப்படுகிறது. 'சுருதி' அதாவது கடவுளாலேயே அருளப்பட்ட கிரந்தம் என்பது இவற்றையே.

நான்காவது சூத்திரங்கள் தோன்றின. இவை கி.மு. சுமார் 500-க்குப் பின்னும், கி.பி. 200-க்கு முன்னும் வரையப்பட்டிருக்கலாம். பிராமணங்கள் சொல்விரிவும் வளவளப்பான பாஷை நடையுமுள்ளவைகளாயிருந்தமையால், மனனம் செய்யக் கஷ்டமாய்க் காணப்பட்டன. ஆகவே எளிதில் ஞாபகத்தில் வைத்துக் கொள்ளத்தக்க சுளுவான சுலோகநடையாகப் பிரமாண விதிகளை எழுதுவது அவசியமாயிற்று. பூசாரி சீடர் கற்கவேண்டிய அறிவெல்லாம் சுருக்கமான சூத்திரக் கோர்வைகளாகச் சொல்லப் பட்டன. இவைகளைத் திரட்டிச் சேர்த்தபோது சூத்திரங்கள் என்ற கிரந்தங்கள் உண்டாயின. தவிரவும், இக்காலத்தில் நூல்கள் எழுதியவர்களெல்லோரும் இவ்வித பாஷைநடையிலேயே எழுத ஆரம்பித்தார்கள். சடங்காசாரங்களை விளக்கிய ஷிரௌத சூத்திரம், இல்லறத்துக்குரிய கிரஹ சூத்திரம், ஜன ஒழுக்கத்தையும் நியாயசட்டங்களையும் கூறும் தர்ம சூத்திரம் என்ற மூன்றுவித சூத்திரங்கள் உண்டாயின.

சத்தியதூதன், ஜனவரி 1915, பக். 10 – 11

இந்தக் காலத்திலேயே வைஷ்ணவம், சைவம் என்ற இரண்டு பிரிவும் எழும்பின. மேலும் யோகாப்பியாசங்களும், சந்நியாசி ஏற்பாடுகளும் உண்டானதும் இப்பொழுதே. கலாசாலைகளில் தத்துவ சாஸ்திரக் கல்வியும் விர்த்தியடைந்தது. ஐந்து செய்யுள் உபநிடதம் எழுதப்பட்டன. சங்கையா யோகசாஸ்திரம் இப்போது முற்றுப்பெற்றது. சமண மதம், புத்தமதம் என்ற இரு மதங்களின் உற்பத்தியும் இக்காலத்தில்தான்.

ஐந்தாவது தர்ம சாஸ்திர காலம் – சூத்திரம் பிராமணத்திலிருந்து தோன்றினதுபோல தர்ம சூத்திரத்திலிருந்து தர்மசாஸ்திரம் உற்பத்தியானது. அவைகளில் முக்கியமானது மானவதர்மசாஸ்திரம். இந்துக்களுடைய அன்றாடக ஜீவிய பழக்க ஒழுக்கத்துக்குச்

சட்டம் இந்நூலே. செய்யுள் நடையான இச்சட்டப் புஸ்தகம் கி.மு. 200-க்கும், கி.பி. 500-க்கும் இடையில் எழுதப்பட்டதாக சாஸ்திரிகள் எண்ணுகிறார்கள். மனுதர்ம சாஸ்திரம் கி.பி. 200-க்கு முன்னமே தற்காலரூப மமைந்துள்ளதென்று தோன்றுகிறது. இக்காலத்தில்தான் அதர்வவேதத்தின் சுருக்க உபநிடதத்தில் முந்தியவை எழுதப்பட்டன. அவைகள் (1) சுத்த வேதாந்தம், (2) யோக அப்பியாசம், (3) சந்நியாசி ஆசிரமம், (4) வைஷ்ணவ சிவமதப் பிரிவு ஆகிய நான்கு பொருட் பிரிவுள்ளதாக விருக்கின்றன. கடைசியில் சொன்ன பிரிவில் சாதாரண ஜனங்கள் தெய்வங்களாக அர்ச்சனை செய்த விஷ்ணு, சிவனை பரமாத்மாவின் ரூபங்களென்று பாவித்துப் பாடியிருக்கிறது. விஷ்ணுவின் பல அவதாரங்களைப் பரமாத்மாவின் நராவதாரங்களாக மதித்துப் பேசுகின்றன.

ராமயணம், பாரதம் என்ற சரித்திரப்பாடல்கள் கி.மு. 500-க்கும், கி.பி.500-க்கும் இடையில் உண்டாயின. சுமார் ஆயிரம் வருஷங்களாக கொஞ்சம் கொஞ்சமாய் வளர்ந்து தற்காலத்தில் இவைகள் காணப்படுகிற ரூபம், அளவுள்ளதாயிற்றென்று எண்ண இடமுண்டு. மகாபாரதத்தில் இடையில் சேர்க்கப்பட்ட பகவத்கீதை தர்மசாஸ்திர காலத்தைச் சேர்ந்தது.

இதற்குப்பின் பதினெண் புராணங்கள் உண்டாயின. அவைகள் உபதேசத்தன்மை யுள்ளவைகளாயும் வைஷ்ணவம் சைவம் என்ற பிரிவுகளை ஸ்திரப்படுத்தும் நோக்கமுள்ளவைகளாயு மிருக்கின்றன. அவைகளில் சில சிவ வணக்கத்தை அனுசரித்துப் பேசின போதிலும், பெரும்பாலும் விஷ்ணு வணக்கத்தைப் போதிக்கிற கற்பிதக் கதைகளாகவே யிருக்கின்றன.

பகவத்கீதையைப்பற்றி சற்றே விவரிப்ப தவசியம். ஈராயிர வருஷக்காலமாக இந்துதேசத்தாரின் மனதையும் இருதயத்தையும் பலமாய் இது கவர்ந்துகொண்டதென்று பார்க்கிறோம். ஐரோப்பாவிலும் இந்தியாவிலுமுள்ள கல்விமான்களும் அதை நன்கு மதித்து வருகிறார்கள். கல்வியறிவுள்ள இந்துக்கள் மதசம்பந்தமான வேறெந்த நூலைப்பார்க்கிலும் இதையே அதிகமாய் வாசித்து வருகிறார்கள். ஆகையால் ஓர் கிறிஸ்துவின் ஊழியக்காரன் இதைக் கவலையோடு படிப்பது நல்லது.

கீதையின் உற்பத்தி இவ்வாறிருந்திருக்கவேண்டும் – கிறிஸ்துவ சகத்தின் ஆரம்பத்தில் அதிகக் கல்விமானும் அக்காலத்து மத சம்பந்தமான தத்துவ சாஸ்திரத்தில் தேர்ந்தவனுமான கிருஷ்ண பக்தன் எவனோ ஒருவன் கிருஷ்ணனுடைய மேன்மையையும் கர்மயோகத்தின் கற்பனையையும் சம்பாஷணை ரூபமாக எழுதி அதை மகாபாரதத்தின் மத்தியில் ஒரு கிளைக்கதையாகச் சேர்த்துச் சம்பந்தப்படுத்திவிட்டான். பாண்டவ கௌரவ சேனைகளுக்கு நடந்த யுத்த ஆரம்பத்தில் இருசேனையிலும் நேரிடும் சகோதர வதையைப்பற்றி அர்ச்சுனனுக்கு விசனம் மேலிட்டதாகவும், அச் சமயத்தில் அவனுக்கு ஆறுதலாகவும் தெளிவாகவும் அவனது திவ்ய சாரதியாகிய கிருஷ்ணன் அவனுக்கு உபதேசம் செய்த தாகவும் காட்டியிருக்கிறது. இவ்வாறு கிருஷ்ணன் செய்யும் பிரசங் கமே பகவத்கீதை. கிருஷ்ணனுடைய மேன்மையும், கர்மயோகக் கோட்பாடுமே இதில் காணப்படும் இரண்டு முக்கிய போதனைகள்.

உபநிஷதங்களின் ரிஷிகள் நிஷ்டை என்று தியானித்த பிரமம் கிருஷ்ணா என்று பகவத்கீதை பேசுகிறது. மேலும், யாகம் ஜெப மந்திரம் மூலமாய் மனுஷன் கிட்டிச் சேரக்கூடிய பரமபுருஷர் இவர்தான் என்றும் பாவித்திருக்கிறது. இல்லறமும் தத்துவ ஞானமும் சேர்ந்த கலப்பே கர்மயோகமாம். அதாவது: வருணத் திற்கும் குலத்துக்குமுரிய சகல கடமைகளையும் சுயலாபம் கருதாமல், கடவுள் மேலுள்ள அன்பினிமித்தம்மாத்திரம் நடப் பித்து, அக்கிரியைகளின் பலாபலன்களைக் கிஞ்சித்தேனும் கவனி யாமல் கடமையைமாத்திரம் நிறைவேற்றுவதே கர்மயோகம். இச்சம்பாஷணையின் கடைத்தொகை யாதென்றால்: க்ஷத்திரிய குலத்தவனாக அர்ச்சுனனுடைய கடமை சண்டை செய்தலாகை யால் அவன் இப்போது விசாரப்படாமல் சண்டை செய்யலாம். ஆகிலும் எள்ளளவும் சுயநயம் நாடாமல் சண்டை செய்ய வேண்டுமென்பதே.

பகவத்கீதையை இந்துமார்க்கத்தின் சங்கிரக சாரமென்கலாம். இந்துதேசத்தவரில் அதி சிரேஷ்டமானவரின் உன்னத நம்பிக்கை யையும் மேலான நாட்டத்தையும் இது வெளிப்படுத்துகிறது. தேவ சித்தத்தை வெளிப்படுத்தவும் மனுஷனைத் தெய்வத்தோடு ஐக்கியப்படுத்தவும் அவதார புருஷரான ரக்ஷகர் ஒருவர் தேவை என்ற உணர்வு இந்துக்கள் மனதில் உற்பத்தியானதை இந்நூலில் காண்பதாக நிதானிக்கலாம்.

இந்துசமய சரித்திரத்தைச் சுருக்கமாய்க் கவனித்தோம். மூவாயிரம் நாலாயிரம் வருஷக்காலமாய் இந்துதேசத்தார் ஆய்ந்தெழுதினதாக நாம் பார்த்த கிரந்தங்களிலிருந்தே தற்காலத்திலுள்ள இந்துக்களின் மார்க்க சித்தாந்தங்களும் மதானுஷ்டானங்களும் பிறந்திருக்கின்றன.

இந்துசமய சித்தாந்தத்தின் நானாவித ரூபங்களையும் இந்து சமய ஆசாரங்களின் பலவித வித்தியாசங்களையும் கடந்த இரண்டு பொதுவான கோட்பாட்டை எங்கும் கவனிக்கலாம். படித்தவர்களுக்குள் உபநிஷத தத்துவஞானம் குறிப்பாய்ச் சொல்லின், வேதாந்தம், சர்வமும் தெய்வம் என்ற கோட்பாடே இதில் முக்கியம். கல்லாதவர்களுக்குள்ளோ சர்வமும் தெய்வம் என்ற கோட்பாடு ஒருபக்கம் இருந்தாலும், பலதெய்வ வணக்கமே சாதாரண அப்பியாசம். ஆகவே "அனைத்தும் அவனே" என்ற கோட்பாடும், இதிலிருந்து தோன்றிய புனர்ஜன்ம கோட்பாடும் சகலருக்கும் பொதுவே. இத்துடன் விக்கிரக ஆராதனையும் பொதுவே. விக்கிரக பூஜை செய்வதில்லையென்போர் அதற்கு நியாயமாவது சொல்லிக் கொள்ளுவார்கள். சாதாரண இந்துமார்க்கத்தையும் தத்துவஞான சித்தாந்தத்தையும் இணைக்கிற கட்டு ஜாதி ஏற்பாடுதான். தற்கால இந்துசமய முப்புரி என்னவென்றால், சர்வமும் தெயவம் என்ற கோட்பாடும் விக்கிரகவணக்கமும் ஜாதிக்கட்டுப்பாடுமே.

சத்தியதூதன், பிப்ரவரி 1915, பக். 15

சிறிது காலத்திற்குமுன் உண்டாயிருக்கும் சீர்திருத்த சமாஜங்களைப்பற்றிச் சற்றே சொல்லிமுடிப்போம். இவற்றில் ஒன்று ராஜாராம் மோகன்ராய் 1830-ல் பங்காளத்தில் ஸ்தாபித்த பிரமோ சமாஜம், இதில் 1911-ல் 5504 அனுசரிகள் இருந்தனர். தெய்வம் ஒன்று, மனிதர் யாவரும் சகோதரர்; மத்தியஸ்தரில்லாமல் தெய்வத்தோடு நேரில் ஐக்கியப்படலாம் என்பதே பிரமோ சமாஜத்தவரின் பொதுவான சித்தாந்தம். பிரமோ சமாஜத்தவர் பகிரங்க சீர்திருத்தக்காரர். அவர்களுடைய போதனைகளாலும் நூல்களினாலும் இத்தேசத்தில் கற்றறிந்தவர்களின் மனதில் விசேஷித்த பலிதம் உண்டுபண்ணியிருக்கின்றனர்.

இன்னொன்று ஆரிய சமாஜம். இது கத்தயவாரிலுள்ள ஸ்வாமி தயானந்த சரஸ்வதியினால் 1875-ம் வருஷத்தில் ஸ்தாபிக்கப்பட்டது.

1911-ல் ஜனசங்கை காலத்தில் 243,514 பேர் ஆரிய சமாஜ அங்கங்கள். இச்சமாஜத்தின் முக்கிய சித்தாந்தங்களாவன:- (1) சதுர்வேதங்களிலுள்ள சங்கீதங்கள் மாத்திரம் தேவ அருளால் உண்டானவை. (2) கடவுள், ஆவி, ஜடப்பொருள் என்ற மூன்று நித்தியவஸ்துகள் உண்டு. (3) ஆத்மா வேறே, தெய்வம் வேறே. (4) ஆன்மா மனிதனாகவும், பிராணியாகவும், அல்லது தாவர மாகவும் புனர்ஜன்ம மாகலாம். (5) துன்பத்தினின்றும், பிறப்பு இறப்பிலிருந்தும் விடுதலை பெற்று தெய்வப் பிரவாஹத்தில் ஜீவானந்தம் பெற்றுச் சுகிப்பதே முக்தி என்பதே. ஆரிய சமாஜ மானது ஜாதிவேற்றுமை, விக்கிரக ஆராதனை, சிசு விவாகம், தீர்த்தயாத்திரை முதலியவைகளைக் கண்டிப்பதுண்டு.

இந்துசமயத்தில் கீழ்க்கண்ட நல்ல குறிப்புகள் உண்டு என்பதை ஒத்துக்கொள்ள வேண்டும்.

1-வது கடவுள், ஆத்மா, முக்தி என்றவைகளே சிரேஷ்டம் என்ற எண்ணத்தை இந்துதேசத்தவர்கள் மனதில் உண்டாக்கியிருக் கிறது. வேறெந்தத் தேசத்திலு மில்லாதபிரகாரமாய் இந்துக்கள் தேவதாபக்தி யுள்ளவர்களாயிருக்கிறார்கள் என்பதை ஒத்துக் கொள்ளவேண்டும்.

2-வது. சாத்மீகம், அகங்கார நிக்ரகம், பொறுமை முதலிய சுபாவங்கள் சிறந்து விளங்கச் செய்திருக்கிறது.

3-வது. அன்றாடக ஜீவியத்தில் மார்க்க பக்தியை அப்பியாசிக்கச் செய்திருக்கிறது. ஓர் இந்துவின் ஸ்நானமும், போஜனமும், பிறப்பும், இறப்பும், கல்வியும் கல்யாணமும் அனைத்தும் மார்க்கத்தோடு சம்பந்தப்பட்டதாகியிருப்பது விசேஷமே.

இத்தேசத்து ஜனங்கள் கர்த்தராகிய இயேசுவை ஏற்றுக்கொண்டு அவர் மூலமாய் தேவனிடத்தில் சேரும் மார்க்கத்தை யறிந்துகொள் வார்களானால், இந்த நற்குணங்கள் அவரால் புது உயிரடைந்து ஜோதிப்பிரகாசமாய் ஜொலித்து விளங்குமென்பதற் கையமில்லை.

இந்துமார்க்கத்தில் காணும் தப்பறைகளையும் சுருக்கமாய்ச் சொல்லுவோம். (1) அதின் ஜாதிவேற்றுமையும் வேதாந்தக் கொள்கையும் சேர்ந்து மனுஷர் தங்கள் உத்தரவாதத்தையும் தம் தம் பொறுப்பையும் உணராதபடி செய்துவிட்டன. (2) அதின் விக்கிரக

ஆராதனை 'தேவன் ஆவியாயிருக்கிறார், அவரைத் தொழுது கொள்ளுகிறவர்கள் ஆவியோடும் உண்மையோடும் அவரைத் தொழுதுகொள்ளவேண்டும்' என்ற சத்தியத்தை ஜனங்கள் உணரக் கூடாதபடி செய்கிறது. (3) அதின் ஜாதி ஏற்பாடானது சகோதர சிநேகத்தைக் கெடுத்து, மனுஷனை மனுஷனுக்கு அடிமையாக்கிப் பிரித்துவிட்டது. அந்தந்த ஜாதிக்கு அந்தந்த என்ற ஏற்பாட்டினால் கைத்தொழிலை ஹீனமென் றெண்ணச்செய்து தேசத்தைத் தரித் திரப்படுத்திவிட்டது. (4) சிசுவிவாகம், கட்டாய சதாவிதவத்துவம் முதலிய வழக்கத்தினால் ஸ்திரீஜாதியை நிர்ப்பாக்கிய ஸ்திதியில் வைத்துவிட்டது. (5) கோவில்கள் சம்பந்தமாய் தாசிகளை ஏற் படுத்தினதாலும் தெய்வங்களைப்பற்றிச் சொல்லிய அசுத்த கதை களாலும் துன்மார்க்கத்துக்கு அநுசரணையாக இருந்திருக்கிறது.

சத்தியதூதன், மார்ச் 1915, பக். 19

பல்லாயிரம் ஆண்டுகளாய் நம் தேசத்தவர்கள் கடவுளைத் தடவியாகிலும் கண்டுபிடிக்க முயன்றிருக்கிறார்கள் என்பதற்குச் சந்தேகமில்லை என்றாலும், அவர்களுடைய சகல தத்துவ சாஸ் திரங்களாலும் வேதாந்த உபதேசங்களாலும் இன்னம் அவரைக் கண்டுபிடிக்கவில்லையே. கர்த்தராகிய இயேசுரட்சகரே இந்துக் களில் சகல வாஞ்சையையும் தேட்டத்தையும் திருப்திசெய்கிறவர். “நானே வழியும் சத்தியமும் ஜீவனுமாயிருக்கிறேன்” என்றவர் அவரே. தேவன் எல்லார்மேலும் இருக்கிறவர். எல்லாருக்காகவும் திரு அவதார புருஷனாய் இப்பூலோகத்துக்கு வந்தவர். எல்லோருக் குள்ளும் வாசம்பண்ணுகிறவர் என்ற சத்தியம் சகல உபநிஷத்திற்கும் மிஞ்சினதல்லாவா? தேவன் நமது பிதா என்றும் மானிடர் யாவரும் சகோதரர் என்றும் வெளிப்படுத்தினவர் இயேசுகிறிஸ்து என்ற திரு அவதார புருஷனே. 'தேவன் ஆவியாயிருக்கிறார், அவரைத் தொழுதுகொள்ளுகிறவர்கள் ஆவியோடும் உண்மையோடும் அவரைத் தொழுதுகொள்ளவேண்டும்' என்றும் 'தேவன் ஒளியா யிருக்கிறார், அவரில் எவ்வளவேனும் இருளில்லை' என்றும், தேவன் பூரண சற்குண புருஷரானவர்; 'பரிசுத்தமில்லாத எவனும் அவரைக் காணமாட்டான்' என்றும் வெளிப்படுத்தினவர் இவரே. இவராலேயே இவ்வுலகத்திலும் முக்தி, மறு உலகத்திலும் முக்தி கிடைக்கக்கூடும். அதாவது, இவராலேயே மனுஷனுக்கு விடுதலை,

ஸ்திரீகளுக்கு விடுதலை, பிள்ளைகளுக்கு விடுதலை. இவராலேயே, நித்தியானந்த மூர்த்தியாகிய கடவுளுடன் சதாகாலமும் பேரின்ப பதவியும் அடைவோம். இவரை நம் சுயதேசத்தார் கண்டு கொள்ளும்படி அவர்களுக்காக ஜெபிப்போமாக, உழைப்போமாக. இயேசுகிறிஸ்துவே இந்துதேசத்துக்கு இரட்சகர்.

"சவர்ஜீவ தயாபர பிதாவே, தேவரீர் சகல மனுஷரையும் ஒரே இரத்தத்தினாலே உண்டாக்கி, பூமியில் குடியிருக்கச்செய்து, தூரமானவர்களுக்கும் சமீபமானவர்களுக்கும் சமாதானத்தைச் சுவிசேஷமாகக் கூறி அறிவிக்கும்படி உமது ஏகசுதனாகிய இயேசு கிறிஸ்துவை உலகத்தில் அனுப்பினீரே! இத்தேசத்து ஜனங்களும் மெய்த்தேவனாகிய உம்மை நாடித் தேடி கண்டுபிடிக்கும்படியாக சகல மனுஷர்மேலும் உம்முடைய ஆவியை மழைபோல் ஊற்று வோமென்று தேவரீர் அருளிய திருவாக்கைச் சீக்கிரமாய் நிறை வேற்றவேண்டுமென்று எங்கள் கர்த்தராகிய இயேசுகிறிஸ்துவின் மூலமாய் வேண்டிக்கொள்ளுகிறோம். ஆமென்".

சத்தியதூதன், ஏப்ரல் 1915, பக். 23

9. இந்தியாவில் கிறிஸ்துமத வியாபகம்

இந்துதேசத்தில் கிறிஸ்துசபை வியாபகமான சரித்திர வரலாற்றை நான்குகாலப் பகுதிகளாக வகுத்து இங்ஙனம் கூறு வோம்.

1. சூரியானிக் காலம்

இப்பரத கண்டத்தில் புராதன கிறிஸ்துசபை திருவாங்கூர், கொச்சி ராஜ்யங்களிலுண்டு. இச்சபையைச் சேர்ந்த அங்கங்களுக்கு சூரியானிக் கிறிஸ்தவர்கள் எனப் பேர் வழங்கிவருகிறது. 1911-ம் வருஷம் ஜனசங்கைப்பிரகாரம் இவர்கள் தொகை 7,28,304 இத்தேச மெங்குமுள்ள கிறிஸ்தவர்களில் ஐந்தி லொருபங்கு இவர்களே. பரி. தோமா அப்போஸ்தலன் தென் இந்தியாவுக்கு வந்து சுவிசேஷத்தைப் பிரசங்கிதத்தின் பலனாய் இப்பாகத்தில் கிறிஸ்துசபை உண்டானது என்பது ஓர் பாரம்பரை. இதற்குச் சரித்திர ரூபகாரம் ஏதுமில்லை. கி.பி. 345-ல் எடஸா அத்திய க்ஷரான தோமா என்பவரை இச்சபையை ஸ்தாபித்தாரெனும் பாரம் பரியம் நம்பத்தக்கதாயிருக்கிறது. ஆறாம் நூற்றாண்டில் பிரபலமான பெரிய கிறிஸ்துசபை இங்கிருந்ததென்பதற் கையமில்லை. உத்தேசம் கி.பி. எட்டாம் நூற்றாண்டில் கிறிஸ்தவர்கள் ஜனத் திரட்சியிலும் செல்வாக்கிலும் மிகுந்திருந்தமையால், அந்நாட்டி அதிபதிகள் கிறிஸ்தவருக்கு சுயாதிபத்திய முதலிய சிலாக்கியங் களை அருளினதுமன்றி, அதற்கு அத்தாக்ஷியாக சாஸனங்கள் என அழைக்கப்படும் இருசெப்புப் பட்டையங்களும் அளித்தனர். இப்பட்டையங்களில் கி.பி. 774-ம், 824-ம் ஆண்டுகள் தீட்டி யிருக்கின்றன. இதற்குப் பின்னா அறுநூறுவருஷ சரித்திரத்தைப் பற்றி யாதுமறிய மார்க்கமில்லை.

சத்தியதூதன், மே 1915, பக். 27

அந்நாட்டு சரித்திர சம்பந்தமாய் என்ன மாறுதல் நேர் திருப் பினும், இக்கிறிஸ்தவர்கள் ஏதும் பிரிவினையின்றி சீரியாசபையின் ஆராதனைமுறைகள் சடங்காசாரங்களை அனுசரித்தவர்களாய்க் காலம் கடத்தினார்களென்று தெரிகிறது. என்றாலும், ஆவிக்குரிய அனலும், சுவிசேஷ பிரபல்ய முயற்சியும் அக்காலத்தில் சுத்த சூனியமாகவே இருந்ததென்று சொல்லவேண்டும்.

பதினைந்தாம் நூற்றாண்டில் போர்த்துக்கேயருக்கு இந்தியாவில் கால்வைக்க இடம் கிடைத்தபோது, இப்பூர்வ கிறிஸ்தவர்கள் பாப்புவின் ஆட்சியை ஒப்புக்கொள்ளவும், தாங்கள் வழங்கிவந்த சீரிய ஆராதனை முறைகளையும் சடங்காசாரங்களையும் புறந்தள்ளி ரோமச்சபை ஆராதனை முறைகளையும் மார்க்கக் கொள்கை களையும் அனுஷ்டிக்கவும் கட்டாயம்பண்ணினார்கள். சீரியா சபையைச் சேர்ந்த கிறிஸ்தவர்கள் இனி யாருமே இல்லாதது போல் தோன்றிற்று. ஆனால், பதினாறாம் நூற்றாண்டின் மத்தியில் டச்சுக்காரரின் அமலால் போர்த்துக்கேயரின் செல்வாக்கு க்ஷீண தசையடையவே, ஜனங்களுக்குச் சுயாதீனமுண்டாயிற்று. சூரியானிக் கிறிஸ்தவர்களில் பெரும்பான்மையோர் பாப்புவின் நுகத்தடியை முறித்துதள்ளி அந்தியோகியா மேற்றிராணியாரால் அபிஷேகம் பெற்ற ஓர் சுதேஷ அத்தியக்ஷரைத் தங்களுக்குத் தலைவராகத் தெரிந்துகொண்டு இவ்விதமாய்த் திரும்பவும் சீரியா சபையைச் சேர்ந்துகொண்டார்கள். ஆகிலும் எல்லாரும் இவ்வாறு திரும்பி விடவில்லை. சிறுபான்மையோர் இன்னம் ரோமச்சபை அரசாட்சிக் குள்ளயேயிருந்தனர். இப்படியாக, ரோமச்சபை அதிகாரியாக பாப்புவை ஒப்புக்கொண்ட சூரியானி ரோமச்சபை ஒரு பிரிவு, அந்தியோகியா அத்தியக்ஷாதீனத்தை ஒப்புக்கொண்ட சூரியானிச் சபை ஒரு பிரிவு, ஆக இரண்டு சபையாய் இப்பூர்வ சபை பிரிந்தது.

1816-ம் வருஷத்தில் சர்ச்சுமிஷன் சங்கத்தார் திருவாங்கூர் ராஜ்யத்துக்குத் தங்கள் மிஷனெரிமாரை அனுப்பி, இப்பூர்வச் சபையைச்சேர்ந்த பாலருக்கு ஆங்கிலக் கல்வி கற்பிக்க ஆரம்பித் தார்கள். அறிவு பெருகவே சூரியானிச்சபையார் தங்கள் தப்பறை களைக் கண்டுகொள்ளத் தொடங்கினார்கள். சிலர் தங்கள் ஆசிரியருடை சபையாகிய இங்கிலாந்து திருச்சபையைச் சேர்ந்து கொண்டார்கள். தங்கள் சபையையே சீர்திருத்திக்கொண்டு சூரியானிச்சபை ஐக்கியத்தை விடப்படாதென்றெண்ணின பலர்:

‘சீர்திருத்த சூனியச்சபை’ என்ற பெயர் வஹித்துப் பிரிந்து கொண்டார்கள். ஆகவே, சூரியானிச்சபையில் இப்பொழுது இரண்டு பிரிவார் உண்டு. ஒன்று பூர்வ சூரியானிச்சபை. இவர்களுக்கு யோக்கோபுசபை சூரியானியார் எனப் பெயர். இவர்கள் ஆராதனை சீரியபாஷையில் நடத்துவார்கள்; தேவதூதர்களுக்கு விண்ணப்பம், கன்னிமரியம்மாள் வணக்கம் வணக்கம், படங்கள் பூஜை இவைகளுமுண்டு. மற்றது, சீர்திருத்த சூரியானிச்சபை. இவர்கள் பரி. தோமச்சபைக் கிறிஸ்தவர்கள் என்று தங்களை அழைத்துகொள்ளுகிறார்கள். இவர்கள் தங்கள் சுயபாஷையாகிய மலையாள பாஷையிலேயே ஆராதிப்பார்கள். மலையாள வேதாகமம் பிரயோகிக்கிறார்கள். பூர்வ சூரியானி ஜெபகிராமத்திலுள்ள தப்பு உபதேசங்களை நீக்கிவிட்டு, மலையாள பாஷையில் சீர்திருத்த ஜெபபுஸ்தகம் செய்து அதையே வழங்கிவருகிறார்கள். சுத்த சுவிசேஷ சபைகளோடு இவர்கள் சேர்ந்துகொள்வார்கள். தேவபக்திக்குரிய ஞானபோதனைகளைச் சந்தோஷமாய் ஏற்றுக் கொள்ளுவார்கள். கன்னட தேசத்தில் சுவிசேஷ பிரபல்ய ஊழியம் நடப்பிக்கவும் இப்போது ஆரம்பித்திருக்கிறார்கள்.

இந்த இரு சபைகளும் சுதேச அத்தியக்ஷர் கண்காணிப்புக் குள்ளிருந்து வருகின்றன. ஆதிமுதல் இதுவரை ஒருகாலத்திலாவது சூரியானிச்சபைகளை ஆதரிப்பதற்குப் புறதேசங்களிலிருந்து எவ்வித பொருட்சகாயமும் வந்திருப்பது கிடையாது. குருமார் ஆதரவுக்குக் கொடுக்கவேண்டியதை இயற்கையான ஓர் வரிபோல கொடுத்துவிடுகிறார்கள். ஆராதனை சமயத்தில் காணிக்கை வாங்குகிற வழக்கம் கிடையாது. ஞானஸ்நானம் ராப்போஜனத்திற்குத் தலைக்கு இவ்வளவு என்ற ஏற்பாட்டுக்குக் குறையாமல் காணிக்கை படைக்கிறார்கள். யாவரும் தப்பாமல் கல்யாண ஸ்திரீதனத்தில் இருபதிலொன்றைக் குருவுக்கும் இருபதிலொன்றைக் கோவிலுக்கும் கொடுக்கிறார்கள். அத்தியக்ஷர் சபைசந்திப்புக்குப் போகும்போது அவருக்கு தக்ஷணை படைத்து சந்தித்துக் கொள்வார்கள். இவ்வாறு இவர்கள் சுய ஆதரவு நடந்தேறுகிறது. சூரியானிக் கிறிஸ்தவ சபை ஒன்றைத்தவிர, ஏகதேசம் வேறு சபை இல்லாதிருந்த காலப்பகுதிக்குச் சூரியானிக்காலம் என்று பெயரிட்டோம்.

சத்தியதூதன், ஜூலை 1915, பக். 35

2.ரோமன் காலம்

இக்காலப்பகுதி கி.பி.1500-ம் வருஷமுதல் ஆரம்பிக்கிறதென் கலாம். 13-ம், 14-ம் நாற்றாண்டுகளிலேயே ரோமச்சபை மிஷ னெரிமார் இந்தியாவுக்கு வந்திருந்தபோதிலும், 1498-ம் வருஷம் போர்த்துக்கல் தேசத்து வாஸ்கோடிகாமா கால்வைத்த பின்னர்தான் ரோமச்சபை விருத்தியடைந்து பிரஸ்தாபமுற்றது.

ரோமச்சபையைச் சேர்ந்த பிரக்யாதைபெற்ற மிஷனெரி பிரான் சிஸ் சவேரியார். இவர் 1543-ம் ஆண்டு மே அன்று இந்துதேசக் கரையிறங்கினார். பல விஷயங்களிலும் இவர் மிஷனெரிமாருக்கு ஓர் சிறந்தமாதிரி என்காலம். அவரில் விளங்கின சுவிசேஷ பிர பல்ய வைராக்யம், சுயவெறுப்பு, பரிசுத்த ஜீவியத்தின்பேரிலுள்ள அவாவு முதலிய குணசீலங்கள் எக்காலத்துக் கிறிஸ்தவரும் நாட்ட முடன் பின்பற்றவேண்டியவைகளே.

பிரான்சிஸ் சவேரியார் உயர்ந்த அந்தஸ்துள்ள பிரபுகுலத்தில் பிறந்தோராயினும், கல்வியில் சமர்த்தரெனப்பிரக்யாதையடைந்தி ருந்தபோதிலும், ரக்ஷா பெருமான் மீதுள்ள அன்பினாலும் மானிடர் ஆத்ம ஈடேற்றமடைய வேண்டுமென்ற அவாவினாலும் ஏவப்பட்டு, பூமியின் கடையாந்தரமட்டும் போகும் படியாகத் தமக்கு அருமையான யாவற்றையும் துறந்தனர். தங்கத் தாவரமற்று தாலைசாய்க்க இடமில்லாதிருந்த தருணங்கள் பலவுள. கையா ளின்றி, கால்நடையாய்ப் பிரயாணஞ்செய்து, பசியினாலும் குளிரி னாலும் வருந்தி, நதிகளைத் தன்னந்தனிமையாயக் கடந்து, மனுஷ தடம்பட்டிராம அடர்காடுகளை ஊடறுத்துச்சென்று, வியாதி யினாலும் கள்ளராலும் பலமுறையும் கஷ்டப்பட்டு, கிறிஸ்துவின் மாட்சிமையான சுவிசேஷத்தைப் பிரபல்யப்படுத்தினார். இக்கஷ் டங்களினிமித்தம் மனஞ்சலித்துப்போகாமல், எவ்வளவுக்குத் தக்க தாக பாடுகள் அதிகரித்தனவோ அவ்வளவாய் அவருடைய இரு தயம் அவைகளில் களிகூர்ந்தது. மிஷனெரி ஊழியத்திற்குத் தம்மை பிரதிஷ்டை செய்யுமுன்னாக ஓர்நாள் நித்திரையில்: "சிலுவை யினிமித்தம் ஊழியங்களும் கஷ்டப்பாடுகளும் இன்னும் தாரும்; ஸ்வாமீ! இன்னும் அதிகம் தாரும்!" எனப் புலம்பினாராம். இவ்வார்த்தைகளே அச்சாதுவின் மரணபரியந்தம் நடக்கைப் பிர மாணமாக இருந்தனவென்று சந்தேகமறச் சொல்லலாம்.

சத்தியதூதன், செப்டம்பர் 1915, பக். 35

சுமார் 200 ஆண்டுகளாக ரோமச்சபையின் அதிகாரமே தென் இந்தியாவின் மிச்ச பாகங்களில் சென்றுவந்தது. பிரான்சிஸ் சவேரியாரின் சகோதரி மகனான கிரோனிமா சவேரியார் அக்பர் சக்கரவர்த்தியின் அரமனைக்குட்சென்று, கிறிஸ்துமார்க்க சம்பாஷணைசெய்யும் சலாக்கியம் பெற்றதுமன்றி, மொகலாய ராஜ்யத்தின் தலைநகராகிய ஆக்ரா பட்டணத்திலும் சுவிசேஷப் பிரசங்கம் செய்தனர். இந்தியாவில் ரோமச்சபையை ஸ்தாபித்து ஊன்றக் கட்டும்படி முயற்சித்த கீர்த்திப்பிரதாபமுற்ற ஐரோப்பிய மிஷனெரிமார் பலரில் வீரமாமுனிவரென்ற பெஸ்கியும், தத்துவ போதகர் என்ற ராபர்ட் டீ நொபிலியும் தென் இந்தியாவில் பிரபலம்பெற்றவர்கள். 1911-ம் வருஷ ஜனசங்கை மதிப்புப்படி ரோமச் சபையைச் சேர்ந்த கிறிஸ்தவரின் தொகை 14,90,842. இவர்களில் 13,93,720 பேர் சுதேசிகள். அதாவது, சுதேச கிறிஸ்தவர்களில் நூறுபேருக்கு முப்பத்தொன்பது பேர் ரோமைச்சபை கிறிஸ்தவர். கடந்த பத்துவருஷங்களில் ரோமைச்சபைக் கிறிஸ்தவர் 100-க்கு 24 வீதம் அதிகரித்திருக்கிறார்கள். சென்னை, பம்பாய், வங்காளம், மத்திய இந்தியா, ஐதரபாத், மைசூர் முதலிய மாகாணங்களில் தற்சமயம் இச்சபைக் கிறிஸ்தவர்களை ஏராளமாய்க் காணலாம். மதுரை ஜில்லாவில் மூன்றில் இரண்டு பங்குக் கிறிஸ்தவர்களும், திருநெல்வேலி ஜில்லாவிலுள்ள கிறிஸ்தவர்களில் அரைவாசியும் ரோமான்சபையைச் சேர்ந்தவர்களே.

3. லூதரன் காலம்

இந்துதேசத்திற்குச் சுவிசேஷத்தைக் கொண்டுவந்த முதல் மிஷனெரியின் சரித்திரத்தோடு இப்பிரிவு ஆரம்பிக்கின்றது. டென்மார்க்கு தேசத்தில் அரசுபுரிந்த நாலாம் பிரெட்ரிக் என்ற ராஜன் இந்தியாவிலுள்ள தன் அரசாட்சி நாடுகளிலுள்ளவர்கள் அஞ்ஞான இருளால் மூடப்பட்டிருக்கிறதைக் கேள்விப்பட்டு, மெய்ஞ்ஞான ஒளியை அவர்களுக்குப் புகட்டும்படி, ஜர்மனி தேசத்தவரான சீகன் பால்க் ஐயரையும், பினிச்சோ ஐயரையும் அனுப்பினார். அவர்கள் நவம்பர் 29-ந்தேதி கொப்பனேகன் நகரில் கப்பலேறி, 1706-ம் ஆண்டு ஜூலை –ந்தேதி தரங்கன்பாடி கரை வந்து சேர்ந்து, கர்த்தருடைய வேலையை மிக்க ஊக்கமாய் நடப்பித்தார்கள். இத்தேவதாசரே சுத்த சுவிசேஷ சபைகளிலிருந்து இந்தியாவுக்கு வந்த முதல் மிஷனெரிமார். இவர்களுக்குப்பின் கிரண்டலர், சூட்ஸ்

சீர்நாந்தர், கேரிக், சுவார்ச் முதலிய உத்தம மிஷனெரி சேனையார் அவர்களிருவரும் தொடங்கின வேலையை உற்சாகமாய்க் கொண்டு செலுத்தினர். கிரண்ட்லரும், சூட்ஸும் சீகன் பால்க் ஐயர் துவக்கின தமிழ் வேதாகம மொழிபெயர்ப்பை 1727-ம் ஆண்டு முடித்துப் பிரசுரித்தார்கள். இதுவே இந்தியாவின் பாஷைகளெல்லாவற்றிலும் முதல் முதல் வேதாகமம் திருப்பப்பெற்ற பாஷை. கீர்நாந்தர் வங்காள மாகணத்தில் சுத்தசுவிசேஷ வேலை நடப்பித்த முதல் மிஷனெரியானார். பெப்ருசியஸ் ஐயர் முதல் தமிழ் ஞானப்பாட்டை இயற்றினார். அந்நூலில் சொற்சுவை பொருட்சுவையை நினைத்து அதற்கு 'நெஞ்சுருக்கிநூல்' என்று பேர் சொல்லப்பட்டதுண்டு.

இவர்களிலெல்லாம் அதிகக் கீர்த்தி பிரஸ்தாபம் பெற்றவர் கிறிஸ்தியான் பிரட்ரிக் சுவார்ச் ஐயர். இவரே தஞ்சாவூர், திருச் சினாப்பள்ளி ஜில்லாக்களில் சபையை நாட்டி "பிதா" வென்னும் சொல்லப் பட்டப்பேரையும் சுதேசிகளால் பெற்றவர். 1750-ம் ஆண்டு தென் இந்தியாவுக்கு வந்து, அவரை நூற்றாண்டு காலமாக விடாமுயற்சியுடன் சுவிசேஷ ஊழியஞ்செய்து, திருச்சினாப்பள்ளி, தஞ்சாவூர் ஜில்லாக்களில் ஆதிச்சபைகளை நாட்டி, 1798-ம் ஆண்டு தேகவியோகமானார். இந்தியாவில் கிறிஸ்துசபையுண்டான சரித் திர வரலாற்றைக் கற்பிக்க விரும்பும் யாவரும் இச்சாதுவின் ஜீவிய விருத்தாந்தத்தைப் படிப்பது மிக்க நன்மையாயிருக்கும்.

ஜர்மனி, டென்மார்க்கு தேசத்தவரான மேற்கூறிய மிஷனெரி மார் டென்மார்க்கு அரசனால் இந்தியாவுக்கும் முதலில் அனுப்பப் பட்டபோதிலும், இங்கிலாந்து சபையிலிருந்து இவர்கள் மிகுதி யான உதவிபெற்றார்கள். அன்றியும், இறுதியில் இம்மிஷனெரி மாரும் அவர்கள் நாட்டிய சபைகளிலும் கிறிஸ்தவ கல்வி அபி விர்த்தி சங்கத்தார் தாபரிப்புக்குள்ளும் ஜர்மன்தேசத்து லீப்சிக் மிஷனெரி சங்கத்தார் கைவசமுமாயின. இதற்கப்பாலுங்கூட வெகு காலம் கிறிஸ்தவ கல்வி அபிவிர்த்தி சங்கத்தாருக்கும், சுவிசேஷ பிரபல்ய சங்கத்தாருக்கும், சர்ச் சுமிஷன் சங்கத்தாருக்கும் கிடைத்த மிஷனெரிமார் லூதரன் சபையைச் சேர்ந்த ஜர்மனி தேசத்து மிஷ னெரிமாரே. கோலப், ரேனியஸ், ஷாப்டர் முதலிய பிரபல்ய நாமங்களைப்பெற்ற மிஷனெரிமாரின் பூர்வதேசம் ஜர்மனி தேசமே. ஜர்மனி தேசத்தவராலும், லூதரன் சபையாராலும் தென் இந்தியாவுக்கு நேர்ந்திருக்கும் நன்மை இவ்வளவ்வளவென்றில்லை.

இந்துதேசத்திலிருந்த சீர்திருத்த சபை மிஷனெரிமார் எல்லோரும் லுதரன் சபை ஒழுங்கைச் சேர்ந்தவர்களானதால் இப்பிரிவை லுதரன் காலப் பகுதியென அழைக்கிறோம். ஐரோப்பக் கண்டத்தவரான இம்மகான்கள் பிரிட்டிஷ் ராஜாங்கம் இத்தேசத்தில் உற்பத்தியாகுமுன்னர் தங்கள் பிராணனைக் கையில் ஏந்திக்கொண்டு, இயேசுபெருமானின் இரட்சண்ய சமாசாரத்தை புகைவண்டியாவது, பாட்டைகளாவது, பாலங்களாவது அற்ற கொடூரர் குடியிருப்பான இத்தேசத்தில் கொண்டுவந்து நாட்டினது எத்தனை சுயவெறுப்பு! "கோதுமை மணியானது நிலத்தில் விழுந்து சாகாவிட்டால் தனித்திருக்கும், செத்ததேயாகில் மிகுந்த பலனைக் கொடுக்கும்" (யோவா, 12.24) கோதுமை மணிகளான இவர்கள் தென் இந்தியாவில் விழுந்து செத்தபடியால் உண்டான பலன் எத்தனை மாட்சிமை! இவர்கள் அடிச்சுவடுகளில் நானும் நடந்து, என் சுயதேசத்தாரில் அநேகரை இரட்சகரண்டை கொண்டு வரத்தக்கதாக என் பிராணனையும் அருமையென்று பாராது ஒப்புக்கொடுக்கச் சம்மதிக்கிறேனா?

4.ஆங்கிலக் காலம்

பத்தொன்பதாம் நூற்றாண்டின் மிஷனெரி விருத்தாந்தத்திற்கு ஆங்கில காலம் எனப் பெயர் இட்டோம். ஏனெனில் இக்காலத்திலேயே ஆங்கிலேய மிஷன்கள் திரள் திரளாய் வந்தன. ஆங்கில மிஷன்கள் என்றதில் அமெரிக்கன் மிஷனும் சேர்ந்துள.

இந்நூற்றாண்டு சரித்திரத்தை இரண்டு பாகமாகப் பிரிக்கலாம்:- ஒன்று, சிப்பாய்க் கலகத்துக்கு முன் உள்ள காலம், மற்றது சிப்பாய்க் கலகத்துக்குப் பின் உள்ள காலம். தற்காலம் இத்தேசத்தில் சுவிசேஷ பிரபல்ய வேலை நடப்பிக்கும் மிஷன்களில் மிச்சமானவை ஆரம்பமானது முந்தின காலத்தில்; அவை ஸ்திரப்பட்டு, பலப்பட்டு, விஸ்தாரவேலை நடப்பித்தது பிந்தினகாலத்தில்.

முதல் சுத்த சுவிசேஷ மிஷனெரி இந்துதேசத்தில் கால்வைத்து சுமார் நூறு வருஷக்காலமாய் மிஷனெரிவேலை மெத்த மந்தகதியாய் நடந்தேறினது. இதற்கு இரண்டு முகாந்தரம் உண்டு. மேல்நாட்டுக் கிறிஸ்தவர்களுடைய நிர்விசாரம் ஒரு காரணம்; கம்பெனிக்காரரர் குதாவிடை மற்றக்காரணம். கம்பெனி சம்பளத்தில் ஐரோப்பியருக்குக் குருக்களாய் ஏற்பட்டிருந்த பக்தர்

சிலர் சுதேசிகளையும் மறவாது, சுதேசப் பிள்ளைகளுக்குத் தர்மப் பள்ளிகள் போட்டு, சுதேசபாஷை வேதாகமப் பங்குகளைப் பிரபல் யமாக்கி, இவ்வாறு சுதேசிகளுக்காகவும் கொஞ்சம் கொஞ்சம் வேலைசெய்தார்கள். இவர்களில் டேனியல் பிரௌன், கிளாடியஸ் புக்கேனான், ஹென்ரி மார்டின், தாமஸ் தாமேசன், டேனியர் காரீ- என்பவர்கள் பிரக்யாதை பெற்றவர்கள். பாளையங்கோட்டையில் கம்பெனி பட்டாளக் குருவாயிருந்த ஹப் ஐயரும் இதுவிஷயத்தில் சிரத்தை எடுத்துக்கொண்டவர்களில் ஒருவர். திருநெல்வேலி ஜில்லாவில் சி.எம்.எஸ். சங்கத்தார் வந்து வேலைசெய்யும்படி அவர்களை வரவழைத்தவர் இவரே.

சத்தியதூதன், அக்டோபர் 1915, பக். 46-47

இந்துதேசத்திற்கு முதல் ஆங்கில மிஷனெரி வில்லியம் கேரி என்னும் மகானே. இவர் 1793-ம் ஆண்டு நவம்பர் 13-ந்தேதி கல்குத்தாவில் வந்திறங்கினார். கம்பெனிவேலை செய்யாத எந்த ஐரோப்பியராவது விசேஷித்த சீட்டில்லாமல் கம்பெனி அதி காரத்துக்குள்பட்ட பூமியில் கால் வைக்கப்படாதென்பது சட்டம். டென்மார்க்குதேசக் கப்பலொன்றில் வந்த கேரி நீலத்தொட்டி வேலை செய்பவராகப் பேரெழுதிக்கொண்டு, கல்குத்தாவுக்கு 150 மைலுக்கப்பாலுள்ள மதனாபட்டி என்கிற இடத்தில் மாசம் ஒன்றுக்கு ரூபாய் 75 சம்பளத்தில் நீலத்தொட்டி சூப்பரின்டென்ட்டு வேலையமர்ந்து அங்கே ஆறுவருஷம் கழித்தார். இங்கிலாந்து தேசத்திலிருந்து மிஷனெரி ஊழியம் செய்ய ஆசைகொண்டு புறப்பட்டு இந்துதேசத்துக்கு வந்த முதல் மிஷனெரிக்குக் கிடைத்த பதவி இதுதான்! மார்ஷ்மன், உவார்ட் என்பவர்கள் அப்பால் அவரோடு வந்து சேர்ந்தார்கள். இவர்கள் மூவரும் 1810-ம் ஆண்டில் கல்குத்தாவுக்கு 15 மைலுக்கு வடக்கே செராம்பூர் என்ற இடத்தில் டென்மார்க்கு ராஜாங்கத்தாருடைய பூமியில் குடியேறினார்கள். கம்பெனி அதிகாரம் இங்கே செல்லமாட்டாதாகையால் இப்படிச் செய்தார்கள். இவ்விடத்தில் இவர்கள் மூவரும் ஒரே சிந்தையாய், தங்கள் சுகம் பெலன், ஆஸ்திபாஸ்தி, சொத்து, சுதந்தரம், பெண் ஜாதி பிள்ளைகள் முதலிய யாவற்றையும் ஆண்டவருக்கு ஒப்புக் கொடுத்து இந்துதேசத்தின் இரட்சிப்புக்காக இரவுபகலாய் உழைத் தார்கள். 36 பாஷைகளில் வேதாகமப் பாகங்களைப் பாஷாந்தரம்

செய்து அச்சிட்டார்கள். கலாசாலை ஸ்தாபித்து தேசிகரைப் பயிற்றுவித்தார்கள். பெண் பாடசாலை ஏற்படுத்திப் பெண்கள் கல்விவிருத்தி செய்தார்கள். சமாசாரப் பத்திரிகை இயற்றி, அதின் வாயிலாய் இந்துமத துர் அப்பியாசங்களைக் கண்டித்தார்கள். உடன் கட்டையேறுதல் என்ற குரூர வழக்கத்தை ராஜாங்கத்தாரே நிறுத்தி விடும்படி முயற்சித்தார்கள். சுவிசேஷ பிரபல்யத்திற்காகவும் வேதாகம மொழிபெயர்ப்பு அச்சடிப்புக்காகவும் ஏராளமான சொந்தப்பணங்களைச் செலவுசெய்தார்கள். "தேவனிடத்திலிருந்து பெரிய காரியங்களை எதிர்பார்; தேவனுக்காகப் பெரிய காரியங் களைச் செய்துப்பார்" என்ற சட்டத்தை நியமித்துக் கொண்ட இம்மகான்கள் தேவனுக்காகப் பெரிய காரியங்களைச் செய்யப் பார்த்ததுமாத்திரமல்ல, மெய்யாகவே செய்து முடித்தார்களென்று சொல்லத்தகும். இவர்கள் ஜீவிய விருத்தாந்தத்தைக் கிறிஸ்தவர்கள் அனைவரும் படிப்பது நன்று.

1813-ல் கம்பெனிக்காரருடைய அதிகாரப்பத்திரம் புதுப்பிக்கப் பட்டபோது, மிஷனெரிமாருக்கு விரோதமான சட்டங்கள் நீக்கப் படவே, மிஷன்களும் மிஷனெரிமாரும் ஒருவர்பின் ஒருவராய் இத்தேசத்தில் வந்திறங்கினார்கள். கீழேகண்ட ஜாபிதாவைக் கவனித்தால் தேசமுழுவதும் மிஷனெரி எல்லைக்கற்கள் போடு வதற்காக கிறிஸ்துவுக்கென்று எவரெவர் எப்போதெப்போது, எங்கெங்கை முளையடித்தார்களென்று தெரியவரும்.

1793 – பங்காளத்தில் இங்கிலீஷ் பாப்திஸ்து மிஷன், வில்லியம் கேரி.

1806 – திருவாங்கூரில் லண்டன் மிஷன், ரிங்கல் டாப் ரிஷி.

1812 – பம்பாயில் அமெரிக்கன் மிஷன்.

1813 – பர்மாவில் அமெரிக்கன் பாப்திஸ்து மிஷன், ஜட்சன்.

1814 – சென்னையில் சர்ச்சு மிஷன்.

1816 – தென் இந்தியாவில் உவெஸ்லியன் மிஷன்.

1816 – காசியில் இங்கிலீஷ் பாப்திஸ்து மிஷன்.

1816 – வட மலையாள ராஜ்யத்தில் சர்ச்சு மிஷன்.

1818 – டில்லியில் இங்கிலீஷ் பாப்திஸ்து மிஷன்.

1820 – திருநெல்வேலியில் சர்ச்சு மிஷன், ரேனியுஸ் ஐயர்.

1822 – ஒரிஸ்ஸாவில் பொது பாப்திஸ்து மிஷன்.

1825 – எஸ்.பி.ஜி. சங்கம் தென் இந்திய மிஷன்களை கிறிஸ்தவ கல்விஅபிவிர்த்திசங்கத்தாரிடமிருந்து ஏற்றுக்கொண்டது.

1830 – கல்குத்தாவில் ஸ்காட்லாந்து சபைச் சங்கம் டாக்டர் டப்.

1830 – கான்பூரில் எஸ்.பி.ஜி. மிஷன்.

1834 – மதுரையில் அமெரிக்கன் மிஷன்.

1834 – லூடியானாவில் அமெரிக்கன் பிரஸ்பிற்றீரியன் மிஷன்.

1834 – மலையாளத்தில் பாசல் ஜர்மன் மிஷன்.

1835 – தெலுங்கு அமெரிக்கன் பாப்திஸ்து மிஷன்.

1836 – அஸ்ஸாமில் அமெரிக்கன் பாப்திஸ்து மிஷன்.

1837 – சென்னையில் இங்கிலீஷ் பாடசாலை, அன்டர்ஸன்.

1841 – குஜராத்தில் ஐரிஷ் பிரஸ் பிற்றீரியன் மிஷன்.

1841 – வங்காளத்தில் வடகிழக்கு பாகத்தில் உவெல்ஷ் மிஷன்.

1841 – தெலுங்குநாட்டில் சர்ச்சு மிஷன்.

1842 – செகந்திராபாத்தில் எஸ்.பி.ஜி மிஷன்.

1842 – குண்டூரில் அமெரிக்கன் லுதரன் மிஷன்.

1844 – நாக்பூரில் பிரீ சர்ச் மிஷன்.

1846 – ரஞ்சியில் காஸ்னர் ஜர்மன் மிஷன்.

1852 – ஜெனானா வேதாகம வைத்திய மிஷன்.

1854 – டில்லியில் எஸ்.பி.ஜி. மிஷன்.

1854 – பெஷாவரில் சர்ச்சு மிஷன்.

1855 – அமெரிக்கன் ஆர்க்காட் மிஷன், ஸ்கடர் ஐயர்.

1855 – சியால்கோட்டில் அமெரிக்கன் ஐக்கிய பிரஸ்பிற்றீரியன் மிஷன்.

1856 – பரேய்லியில் மெதடிஸ்ட் எப்பிஸ்கோப்பல் மிஷன்.

மேற்கண்ட ஜாபிதாவைக் கவனித்தால் தற்காலத்தில் இந்து தேசத்தில் விஸ்தாரமான வேலைநடப்பிக்கும் மிஷன்கள் அனைத் திற்கும் அஸ்திபாரம் 1857-க்கு முன்னமே போடப்பட்டது என்று விளங்கும். மினஷெரிமாரோ அக்காலத்தில் சுருக்கம். நடைபெற்ற வேலையும் சொற்பம். தேர்ச்சியும் கொஞ்சம்.

இருவித விசேஷித்த வேலை இக்காலத்தில் ஆரம்பமானது. 1822-ல் கல்குத்தாவில் சர்ச்சு மிஷனைச் சேர்ந்த கூக் மிசியம்மாள் அங்குள்ள ஸ்திரீகள் வீடுகளுட் சென்று அந்தர்ப்புர வேலைசெய்ய ஆரம்பித்தார்கள். அந்தர்ப்புர வேலையை முதல் முதல் ஆரம்பித்தது இந்த மாதுசிரோமணியே.

மற்றது கலாசாலை வேலை. இதுவும் கல்குத்தாவிலேயே 1830-ல் ஆரம்பமானது. ஸ்கொத்லாந்து சபை மிஷன் டப் சாஸ் திரியார் புறமதப் பிள்ளைகளுக்கு இங்கிலீஷ் பள்ளிக்கூடம் போட்டார். இதன் பின்னரே டப் சாஸ்திரியாரின் சுயவெறுப்பும், அன்பும் ஆச்சரியமானது. அவரது ஜெபத்தினாலும் பிரயாசத் தினாலும் உயர்குலோத்தோரான பலர் கல்குத்தாவில் அக்காலத்தில் கிறிஸ்தவர்களானார்கள்.

காரியத்தை உற்றாராயுமிடத்து 1858-ல்தான் இந்தியாவில் கிறிஸ்துமார்க்க பிரபல்யம் ஆரம்பமானதென்று சொல்லத்தகும். சிப்பாய்க் கலகத்தோடு நல்ல காலம் பிறந்தது. கலகக்காரர் கிறிஸ்தவர்களைத்துன்பப் படுத்தினபடியால், கிறிஸ்தவர்களுடைய உத்தமம், மனஉறுதி, விசுவாசம் இவ்வளவென்று விளங்க ஏது வாயிற்று. மேலும் இத்தேசத்தாருக்குக் கிறிஸ்துவின் சுவிசேஷத் தைத் தக்கபடி அறிவியாமலிருப்பது தப்பிதம் என்று பிரிட்டிஷ் கிறிஸ்தவர்களுடைய மனதில் இப்போதுதான்பட்டது. ஆகவே முன்னில்லாத ஊக்கமும், தைரியமும், உற்சாகமும் ஒவ்வொரு மிஷனெரி சங்கத்திலும் காணப்பட்டது. மேலும் சிப்பாய்க் கலகத் தோடு கம்பெனிக்காரருடைய அதிகாரமும் முடிவடைந்தது. விக்றோரியா மஹாராணியார் விளம்பரம்செய்து சகல மதஸ்தர்களும் தடையின்றி வசிக்க, வணங்க, வேலைசெய்ய இடம்பெற்றார்கள். ஆகவே பழைய மிஷன்களனைத்தும் பெலன்கொண்டெழும்பின. சில புது மிஷன்களும் வந்தன.

1860 – ராஜபுதனத்தில் பிரீ சர்ச்சு மிஷன்.

1874 – கோதாவரி ஜில்லாவில் கனடியன் பாப்திஸ்து மிஷன்.

1874 – இங்கிலீஷ் பிரண்ட்ஸ் மிஷன்.

1877 – டில்லியில் கேம்பிரிட்ஜ் மிஷன்.

1880 – கல்குத்தாவில் ஆக்ஸ்வோர்ட் மிஷன்.

1889 – பம்பாயில் அலையன்ஸ் மிஷன்.

இன்னும் அநேக மிஷன்களும் கடந்த இருபது முப்பது வருஷங்களுக்குள் எழும்பி தேசத்தில் பற்பல பாகங்களில் சுவி சேஷ பிரபல்யவேலை நடப்பித்துவருகின்றன.

சகல மிஷன்களுக்கும் பொதுவாய் வேலைசெய்யும் சங்கங்கள் பலவுள. சிப்பாய்க் கலகத்துக்கு ஸ்தோத்திர ஞாபக சின்னமாக 1857-ல் கிறிஸ்தவ புஸ்தக சங்கம் ஏற்பட்டது. சென்னை மிமோரியல் ஹாலும் அச்சமயத்தில் அதே நோக்கமாகவே கட்டப்பட்டது. வாலிபர் கிறிஸ்தவ ஐக்கிய சங்கம், வாலிப ஸ்திரீகள் கிறிஸ்தவ ஐக்கிய சங்கம், பக்திவிருத்தி சங்கம், ஓய்வுநாட் பள்ளிக்கூட ஐக்கிய முதலிய பொது சங்கங்களும் எல்லாவற்றிற்கும் மேலாக வேதாகம சங்கமும் சகலவித மிஷன்களுக்கும் அநுகூலமாகவும், உதவியாகவும், சுவிசேஷ பிரபல்ய வேலைக்கு வலக்கைபோலும் நின்று சிறந்த ஊழியம் செய்து வருகின்றன.

இந்து தேசத்தை இயேசு மகாராஜாவுக்கு ஆதீனமாக்குவதற்கு அவர் கொடியின்கீழ் போர் செய்யும் சைன்யங்களும், பட்டாளங் களும், போர்வீரரும் நூற்றுக்கணக்காய் உளர். 122 சங்கங்களும் 4614 புறதேச மிஷனெரிமாரும், 35,767 சுதேச ஊழியரும் இருந்ததாக 1910-ல் கணக்கிட்டிருக்கிறார்கள். இவர்களில் 278 பேர் 313 வைத்தியசாலையில் சரீர சிகிச்சையும் செய்கிறவர்கள்.

பத்தொன்பதாம் நூற்றாண்டின் சுவிசேஷ பிரபல்யத்திற்குக் காரணம் ஐரோப்பிய அமெரிக்க மிஷன்களின் அரிய பிரயாசமே. நூறு வருஷக்காலமாய் லக்ஷக்கணக்கான ரூபாய்களை இவர்கள் செலவுசெய்து அருமையான உயிர்களைப் பலி கொடுத்துக் கிறிஸ்துவசபையை இத்தேசத்தில் நாட்டியிருக்கிறார்கள். இச்சங் கங்களுக்கும் தேசத்தாருக்கும் இந்தியா பட்டிருக்கும் கடன்

இவ்வளவவ்வளென்றல்ல. அவர்களுடைய பரோபகார நன்மையை நன்குமதித்து, உள்ளக்கனிவுடன் அவர்களை எண்ணி, அவர்கள் உழைப்பைப் பாராட்டுவது நமது கடமை.

இவ்வளவு காலம் அரும்பிராயசத்துடன் ஆங்கில மிஷனெரி மார் உழைத்த உழைப்பின் பலனாக ஜனத்தொகையில் சுமார் நூற்றுக்கொருவர் வீதம் கிறிஸ்தவர்களாகியிருக்கிறார்கள். அவர்கள் செய்யும் வேலையைக் கண்ணாரக்கண்டு அகமகிழ்ந்து சும்மா யிருப்பதல்ல, இத்தேசத்தின் ரக்ஷிப்புக்காக நம்மையும் கைய ளிப்பது நம் கடமையன்றோ? இருபதாம் நூற்றாண்டாவது இந்தியர் மிஷனெரி காலமாகவேண்டாமா?

சத்தியதூதன், நவம்பர் 1915, பக். 2 – 3

மிஷனெரி வேலையின் பலாபலன்கள்

கடந்த இரண்டொரு நூற்றாண்டுகளாக அநேக மிஷனெரி சங்கங்கள் ஏற்பட்டு இத்தேசத்தில் சுவிசேஷ பிரபல்யவேலை நடப்பித்திருப்பதாக முந்தின அத்தியாயத்தில் சொன்னோமே. இவற்றால் உண்டாயிருக்கும் பலாபலன்கள் யாவையென்று இனி விசாரிப்போம்.

1.இந்துமதக் கொள்கையிலேயே காணப்படும் பல பேதங்கள் கிறிஸ்துமார்க்கத்தினாலுண்டானவை யென்பதற்குச் சந்தேக மில்லை. இந்து மதஸ்தர் முற்காலத்தில் வாதிக்கிறதற்கும் தற் காலத்தில் வாதிக்கிறதற்கும் வித்தியாசமுண்டு. இது எவ்வளவு தூரம் மிஷன்களினால் உண்டான பலனென்றும், எவ்வளவு தூரம் ஆங்கில வித்தியாபிவிர்த்தியினாலும் சாஸ்திர நூல்களினாலு முண்டானதென்றும் சொல்ல ஏதுவில்லை. ஆகிலும் இங்கிலாந்து தேசத்திலிருந்து தோன்றின அறிவும் சாஸ்திர நூல்களும் கிறிஸ்து மதோபதேசத்தினாலே சாரமேற்றப்பட்டிருப்பதால், கடந்த இரு பது வருஷ காலத்துக்குள் இந்துமதத்தில் தோன்றியிருக்கும் மாறுதல்களுக்குக் கிறிஸ்துமார்க்கமே மூலகாரணமென்று சந்தேக மறச் சொல்லலாம். தற்கால இந்துமதக் குருக்கள் பலர் இயேசு பெருமானது சன்மார்க்க போதனைகளையே சிரேஷ்ட மாதிரியாகக் கையாட வேண்டுமென்று ஒப்புக்கொள்ளுகிறார்கள். கிறிஸ்து மார்க்க நீதிநெறிகளை மெச்சிக்கொள்கொள்ளுகிறார்கள். கிறிஸ்து

மதப் போதனைகளை இந்துக்களே உட்கொண்டு, அதற்கேற்றபடி தங்கள் சொந்த மதானுசாரங்களை அர்த்தப்படுத்திக் காட்ட விரும்புகிறார்கள். இந்துமத தேவர்களைப்பற்றிச் சொல்லிய இழிவான சரித்திரங்களைத் தோற்றத்தின்படி அர்த்தப்படுத்தாமல் உவமையலங்காரமாக ஞானார்த்தப்படுத்த வேண்டுமென்கிறார்கள். இந்து தேசாசார முறைகளில் தொன்றுதொட்டு சகஜமாய் நடந்தேறிவரும் துன்மார்க்க ஆசாரங்களைக் கண்டித்துத் தள்ள வேண்டுமென்ற வாஞ்சை நாளடைவில் விருத்தியாகிறதையும் காண்கிறோம். கற்றோர் பலர் சிசு விவாகம், பலவந்த விதவத்வம், கோவில் தாசிகள் முதலிய தீமைகளை நீக்கும்படி முயற்சிக்கிறார்கள். மைசூர் இராஜ்யத்தில் கோவில் தாசிகளைப்பற்றிய ஏற்பாடு முற்றிலும் ஒழிந்துபோக கோரிக்கை இருக்கிறது. சர்க்கார் அதிகாரத்துக்குட்பட்ட கோவில்களில் இவர்கள் கால்மிதிக்கக் கூடாதென்று சட்டம் பிறப்பித்திருக்கிறார்கள். இவையெல்லாம் கிறிஸ்து மார்க்கத்தின் உத்தம திருஷ்டாந்தத்திலிருந்து இந்துக்கள் படித்த பாடங்கள்தான். இந்துமார்க்கத்தில் இத்தனை மாறுதல்கள் தோன்றினபோதிலும், அதிகத் தெளிவுபெற்ற இந்துக்கள் முதலாய் ஐம்பதுவருஷத்துக்குமுன் இருந்ததைப்பார்க்கிலும் இப்போது கிறிஸ்துமார்க்கத்தை ஏற்றுக்கொள்வதற்கு எள்ளளவாகிலும் சமீபித்திருக்கிறார்கள் என்று சொல்ல ஏதுவில்லை. தங்கள் சொந்த மதத்தை அதிக ஜாக்கிரதையோடு ஆராய்ச்சிசெய்து, வேதாகமத்தில் தென்படும் சன்மார்க்க போதனைகளைத் தங்கள் மதத்தோடு சேர்த்துக்கொள்ளப் பார்க்கிறார்களே யொழிய வேறல்ல. பூர்வ காலமுதல் இந்துமார்க்கத்தின் தன்மை இதுவே. காரிய மிப்படியிருந்தபோதிலும் தேவனுடைய வசனம் வெறுமையாய்த் திரும்ப மாட்டாதாகையால், இந்துமதத்துக்குட் பிரவேசித்திருக்கும் கிறிஸ்து மார்க்க சத்தியங்கள், இத்தேசத்து ஜனங்கள் ஏகமாய் ரட்சகரை ஏற்றுக்கொள்வதற்கு வழியை ஆயத்தப்படுத்தும் முன்தூதன் என்று சொல்லலாமே.

2. மேற்றிசைக் கல்வி கற்றவர்களுக்குள் கிறிஸ்துமார்க்க பலாபலன் எவ்வளவு என்று கவனித்தோமே. ஈனஜாதியென் றெண்ணப்படுகிறவர்களும், கல்லாதவர்களுமான ஜனங்கள் மத்தியில் கிறிஸ்துமார்க்க அபிவிர்த்தியைக் கவனித்தாலோ, காரியம் முற்றிலும் விபரீதமாய்த் தென்படும். நாளொருவண்ணம் பொழுதொரு

மேனியாய் வளர்ந்தோங்கும் திருச்சபை இவ்வித தாழ்ந்த ஜனங்கள் மத்தியிலேயே பலமாய் ஸ்தாபிக்கப்பட்டுவருகிறது. அக்காலத்தில்போலவே இக்காலத்திலும் அருள்நாதர் அமிர்த வசனத்தை சந்தோஷமாய்க் கேட்கிறவர்கள் சாதாரண ஜனங்களே.

இந்து தேசத்திலுள்ள 38,76,203 கிறிஸ்தவர்களில் 35,74,770 பேர் சுதேசிகள். இவர்களில் 13,93,720 பேர் ரோமன் சபையார். 7,28,291 பேர் சூரியானிக் கிறிஸ்தவர்கள். 14,52,733 பேர் மற்ற சீர்திருத்த சபையைச் சேர்ந்தவர்கள். மொத்த ஜனத்தொகையில் சுமார் எண்பதிலொருவன் கிறிஸ்தவன்.

மேற்காட்டிய கிறிஸ்தவர்களனைவரும் இத்தேசத்தில் எங் கெங்கே அகப்படுவார்களென்று பார்ப்போம். மொத்த கிறிஸ் தவர்களில் மூன்றில் இரண்டு பங்குப்பேர் சென்னை இராஜ தானியிலும் அதோடுசேர்ந்த சிற்றரசு நாடுகளிலுமே வசிக்கின்றனர். சுதேச கிறிஸ்தவர்களில் பாதிக்குமேல் தமிழ், மலையாளம் பேசு கிறவர்களே. சென்னை இராஜதானியிலுள்ள குண்டூர் ஜில்லாவில் 14 பேருக்கு ஒருவனும், திருநெல்வேலியில் 12 பேருக்கு ஒருவனும் கிறிஸ்தவன். திருவாங்கூர் ராஜ்யத்திலோ, ஜனத்தொகையில் கால் வாசிப்பேர் கிறிஸ்தவர்கள்.

பத்து வருஷத்துக்குக் கோர்முறை கானிஷ்மாரி கணக்கெடுக் கிறார்களே. இத் தச வருஷங்களில் கிறிஸ்தவர்கள் விருத்தியைச் சற்று கவனித்தால், வேறெந்த மதஸ்தரைப்பார்க்கிலும் ஜனசங் கைக்கு ஜனசங்கை கிறிஸ்தவர்கள் மிகுந்த விருத்தியடைந்துவந்தி ருக்கிறார்கள் என்று விளங்கும்.

1872-ல் கிறிஸ்தவர்கள் தொகை 15,06,098; 1881-ல் 18,62,634. அதாவது, 100-க்கு 22 வீதாசாரம் விருத்தி. அப்பால் 1891-ல் கிறிஸ்தவர்கள் தொகை 22,84,380 ஆனது. பெருக்கம் 100-க்கு 33 வீதம். அப்பால் 1901 ஜனசங்கையில் இவர்கள் தொகை 100-க்கு 30 வீதம் பெருக 29,23,241 ஆகிவிட்டது. 1911-ம் ஆண்டு மார்ச் மாதம் எடுத்த கணக்கின்படி, இப்போது திரும்பவும் 100-க்கு 32.5 வீதம் கிறிஸ்தவர்கள் விருத்தியடைந்திருக்கிறார்கள். இந்தக் கடைசி ஜனசங்கைக் கணக்கின்படி இந்தியாவின் முக்கிய மதங்களின் பெருக்கத்தை இங்கே காட்டுவோம்:-

ஜைனர்	–	100-க்கு 6 குறைவு
இந்துக்கள்	– "	5 ஜாஸ்தி
மகம்மதியர்	– "	6.5 ஜாஸ்தி
புத்தர்	– "	13 ஜாஸ்தி
ஆவேச வணக்கக்காரர்	– "	20 ஜாஸ்தி
கிறிஸ்தவர்கள்	– "	32.5 ஜாஸ்தி.

சத்தியதூதன், டிசம்பர் 1915, பக். 7

சுதேச கிறிஸ்தவர்களைத் தனியே கணக்கிட்டால், 100-க்கு 35 வீதம் பெருகியிருக்கிறார்கள். இதிலும் சூரியானிச் சபை, ரோமன் சபை, சுதேச கிறிஸ்தவர்களைத் தள்ளி புரோட்டெஸ்டான்டு சபைகளைச்சேர்ந்த சுதேச கிறிஸ்தவர்களை எடுத்துக் கணக்கிட்டால் இவர்கள் தொகை 100-க்கு 38 வீதம் விருத்தியடைந்திருக்கிறதெனத் தெரியவரும். கடந்த 40 வருஷங்களில் சுதேச கிறிஸ்தவர்கள் தொகை 100-க்கு 288ஆக, அதாவது ஒன்று மூன்றாகப் பெருகியிருக்கிறது.

மேலும் இவ்விருத்தி முக்கியமாய்க் காணப்பட்டிருப்பது கிறிஸ்தவர்கள் தற்காலம் பெருத்திருக்கும் சென்னை, திருவாங்கூர் முதலிய தக்ஷணபாகங்களில் அல்ல, உத்தர இராஜதானிகளிலேயேயெனத் தெரிவதால், தேவாசீர்வாதத்தினால், அருள்நாதர் திருநாமம் புதிது புதிதான ஜாதிகளுக்குள்ளும், நாடுகளிலேயும் வியாபித்து வருகிறதெனக் காண்கிறோம். சில முக்கியப் பிரிவுகளில் 100-க்கு என்ன வீதாசாரப்படி பெருகியிருக்கிறதென்று காட்டுவோம்.

பம்பாய் இராஜாதனி	100 க்கு	11	வீதம் ஜாஸ்தி
சென்னை இராஜதானி	"	16	"
வங்காளம்	"	28	"
பர்மா	"	42	"
கீழ்வங்காளம்	"	61	"
ஐக்கிய மாகாணங்கள்	"	75	"
நிஜாம் ராஜ்யம்	"	136	"
மத்தியமாகாணங்கள்	"	169	"
பஞ்சாப் மாகாணங்கள்	"	200	"

தேசத்தின் பல பாகங்களிலும் தாழ்ந்த வகுப்பாரானா ஜனங்களுக்குள் பலத்த அசைவு காணப்படுகிறது. திருவாங்கூர், சோட்டா நாக்பூர், தெலுங்குநாடு, ஐக்கிய மாகாணங்கள் இவற்றில் ஆயிரக்கணக்கானவர்கள் கடந்த பத்து வருஷக்காலத்தில் கிறிஸ்தவர்களாகியிருக்கிறார்கள். இன்னும் ஏராளமானவர்கள் வராமலிருப்பதற்கு ஓர் முக்கிய காரணம் பணக்குறைவே. சுதேச ஊழியரைப் பயிற்றுவிக்கவும், ஆதரிக்கவும் பணம் தேவை.

தாழ்ந்த ஜாதிகளிலிருந்து கிறிஸ்துவின் மாட்சிமையான ஒளியினிடம் கொண்டுவரப்பட்டிருக்கும் ஜனங்களிடத்தில் கிறிஸ்துமார்க்கம் செய்திருக்கும் வேலை அதிசயிக்கப்படத்தக்கதே. ஒருவர் சொல்லியிருக்கிறபடி இந்தக் கிறிஸ்தவர்கள் உலகத்துக்குத் திருஷ்டாந்தமாயிருக்கிறார்கள். இவ்விரண்டு சமயங்களுக்குமுள்ள பேதத்தை நன்கு விளக்குகிறவர்கள் இவர்களே. இந்துமார்க்கத்தினால் இவர்களுக்குக் கிடைத்த பலன் அடிமைத்தனமும், அவமானமும், இழிவுமே. கிறிஸ்துமார்க்கத்தினாலேயோ, சுயாதீனமும், நாகரீகமும், மேன்மையு முண்டாகியிருக்கிறது. மரத்தின் தன்மையைக் கனியினால் அறியலாமல்லாவோ? இவ்விரண்டு மார்க்கங்களின் தாரதம்மியத்தைக் கண்டுகொள்வதற்கு இத்திருஷ்டாந்தம் போதாதா? இத்தேசத்தவர்கள் மனதிலும் இது எவ்வளவு காலம் படாமற்போகும்! ஜாதிப்பிசாசினால் பீடிக்கப்பட்டிருக்கும் இத்தேசத்தில் கிறிஸ்துமார்க்கத்தின் சிரேஷ்ட தன்மை எவ்வாறு விளங்கக்கூடும்? கவைக்குதவாதவர்களென்று இந்துமார்க்கம் தள்ளினவர்களைக் கிறிஸ்துமார்க்கம் சேர்த்து அவர்களைப் பிராமணருக்கும், படித்தவர்கட்கும் சமமாக்கிவிடுகிறதினால் அல்லவோ?

3. மேலும் சுதேச சபை சுய ஆதரவு, சுய ஆளுகை முதலிய விஷயங்களில் நாளடைவில் விருத்தியடைவது சந்தோஷமான காரியம். தென் இந்தியாவிலே இத்தேர்ச்சி விசேஷமாய்க் காணப்படுகிறது. திருநெல்வேலி ஜில்லாவில் சர்ச்சு மிஷனைச் சேர்ந்த சபைகள் தங்களை மேல்பார்க்கும் நாற்பது குருமார் சம்பளத்திற்கு மூன்றத்தனை பணம் நன்கொடை அளிக்கின்றன. 1906-ம் ஆண்டு ரிப்போர்ட்டை பார்க்குங்கால் 1875-ம் வருஷத்திற்கும் 1905-ம் வருஷத்திற்கு மிடையிலுள்ள 30 வருஷங்களில் சபையின் தொகையும் கிறிஸ்தவர்களிருக்கும் கிராமங்களும் அரைவாசியும்,

ஞானஸ்நானம் பெற்றவர்கள் தொகை முக்கால்வாசியும் பெருகி யிருக்க, இராப்போஜனக்காரர் தொகை இருமடங்கும், சபை காணிக்கை மும்மடங்கும் பெருகியிருக்கிறதாகக் கண்டிருக்கிறது. 1892-ல் சீமை சி.எம்.எஸ். சங்கக் கமிற்றியிலிருந்து பொது கிராண்ட்டுக்கு ரூ. 26,00 வந்திருக்க, 1910-ல் வருஷத்தில் ரூபா 193 மட்டும் வந்தது. இந்த மிஷனில் மாத்திரமல்ல, மற்றும் பல மிஷன்களிலும் சபையாரை சுய ஆளுகையில் பழக்குவதற்காக சுதேச ஆலோசனைசங்கம் முதலிய ஏற்பாடும் சித்தமாய் நடை பெற்று வருகின்றன. மதுரை அமெரிக்கன் மிஷனில் இவ்வித ஏற்பாடு இரண்டொரு வருஷங்களுக்குமுன் ஏற்பட்டு, காரியாதிகள் செவ்வையாய் நடைபெற்றுவருகிறதாகத் தோன்றுகிறது.

சத்தியதூதன், ஜனவரி 1916, பக். 11

4. இதைப்பார்க்கிலும் சந்தோஷகரமான விஷயம் இன் னொன்றுண்டு. அதாவது, சுதேச சபையில் காணப்படும் சுவி சேஷ பிரபல்ய வாஞ்சையே. பல மிஷன்கள் சம்பந்தமாய் சிறு சுவிசேஷ பிரபல்ய சங்கங்கள் ஸ்தாபகமாயிருக்கின்றன. இவை சுதேசிகளுடையே பொருள் சகாயத்தினால் பிரசங்கிமாரை ஆதரித்து தங்கள் மேற்பார்வைக்குட்பட்ட ஏதாவதோர் இடத்தில் சுவிசேஷவேலை நடடப்பிக்கின்றன. மதுரை அமெரிக்கன் மிஷ னைச் சேர்ந்த சுதேச சுவிசேஷ பிரபல்ய சங்கமானது மதுரை ஜில்லாவின் வடபாகத்திலுள்ள கொங்கைநாட்டிற்கு சில ஊழியரை அனுப்பி, அவ்விடத்தில் சுவிசேஷ ஊழியம் நடத்திவருகிறது. அங்கு கொஞ்சம் சபையும் சேர்ந்திருக்கிறது. தெலுங்கு பாப் திஸ்து மிஷனைச் சேர்ந்த சுதேச மிஷனெரி சங்கமானது தென் ஆப்பிரிக்காவில் கூலி வேலை செய்யப் போயிருக்கும் தெலுங்கருக்கு உபதேசிக்க ஒரு பிரசங்கியரை அனுப்பியிருக்கிறது. யாழ்ப்பாணத்து மாணவர் மினஷனெரி சங்கம் மதுரை ஜில்லா கீழ்பாகத்திலுள்ள தொண்டிநாட்டில் வித்தியாவேலையும் பிரசங்க வேலையும் செய்துவருகிறது. இன்னும் இவ்வாறே ஊழியம் நடடப்பிக்கும் சங்கங்கள் பலவுள.

இவை யாவற்றிலும் பெரிது "திருநெல்வேலி இந்திய மிஷ னெரி சங்கம்". இச்சங்கம் 1903-ல் பாளையங்கோட்டையில் ஸ்தாப கமானது. திருநெல்வேலி ஜில்லாவிலுள்ள இங்கிலாந்து சபை

சுதேச கிறிஸ்தவர்கள் யாவரும் இவ்வூழியத்திற்குப் பொருளுதவி புரிந்து நடத்திவருகிறார்கள். இச்சங்கத்தார் சுவிசேஷ ஊழியம் நடப்பித்துவரும் இடம் தெலுங்குதேசத்தில் நிஜாம் ராஜ்யம் உவாரங்கல் ஜில்லா மானுக்கோட்டைத் தாலுகா. இச்சங்கத்தின் சம்பந்தமாய் ஐந்து ஊழியர் அவ்விடத்திற்கு மிஷனெரிமாராக அனுப்பப்பட்டிருக்கிறார்கள். இவர்கள் அனைவரும் அங்கு போனபின் தெலுங்கு கற்றிருக்கிறார்கள். இவர்களில் இருவர் குருப்பட்டம் பெற்றவர்கள். கடந்த ஆறு வருஷப் பணிவிடையின் பலனாக முப்பத்தேழு கிராமங்களில் 1300-க்கு மேலான சபையை தேவன் அநுக்ரகஞ் செய்திருக்கிறார். இச்சங்கத்திற்கு 1910-ல் வருவு ரூபாய் 12,097. போர்டிங் ஆண் பாடசாலை, பெண் பாடசாலை, உபதேசிமார் பயிற்சிசாலை, தச்சுவேலை பயிற்றுவிக்கும் பாடசாலை முதலியவை இம்மிஷன் ஆதரவுபெற்று நடந்துவருகிறது. ஆறுவருஷங்களுக்குமுன் ரக்ஷபெருமானின் நாமம் முதலாய் அறிவிக்கப்பட்டிராத இப்பாகத்தில் இப்போது 5 தமிழ் மிஷனெரிமாரும், 22 தெலுங்கு ஊழியரும், 1300 சபையாருமிருப்பது தேவகிருபையே.

மேற்காட்டிய சங்கங்களுக்குச் சற்று வித்தியாசமான பெரிய சங்கமொன்றும் சுதேசிகளால் நடைபெற்றுவருகிறது. இதற்கு இந்திய நாஷனல் மிஷனெரி சங்கம் என்றுபேர். இது 1806-ம் வருஷத்தில் ஸ்தாபனம் பெற்றது. இச்சங்கம் ஒரே மிஷனை அல்லது சபைப் பிரிவைச் சேர்ந்திராமல், சகல சபைப்பிரிவோடும் கலந்து வேலை நடப்பிக்கும் நோக்கமாய் ஏற்படுத்தப்பட்டது. இந்தியாவின் சகல மாகாணங்களிலும் இதற்குக் கிளைச்சங்கங்களுண்டு. பஞ்சாப் இராஜதானியிலுள்ள மாண்ட்காமரி ஜில்லாவில் இச்சங் கத்தின் முதல் மிஷன் வேலை செய்கிறது. இது இங்கிலாந்து திருச்சபை சம்பந்தமானது. மேலும் இச்சங்கத்தார் பிரஸ்பிற்றீரியன் சபை சம்பந்தமாக வடஇந்தியாவில் நுக்கூர் தாலுகாவிலும், தென் இந்திய ஐக்கிய சபை சம்பந்தமாக சேலம் ஜில்லா ஓமலூரிலும், திருவாங்கூர் சீர்திருத்த சூரியானிச்சபைச் சம்பந்தமாக வட கன்னடத்திலும் ஊழியம் ஆரம்பித்திருக்கிறார்கள்.

இச்சங்கங்களுக்காக தேவனுக்கே துதி. இந்துதேச சுதேச சபையில் ஞான ஜீவனிருக்கிறதென்பதற்கு இவை அத்தாட்சி.

கடந்த நூறு வருஷக்காலமாய் சீர்மை தேசத்திலிருந்து வந்த மிஷனெரிமாரின் ஊழியம் வியர்த்தமாய்ப் போகவில்லை என்பதற்கு இம்மிஷனெரி சங்கங்களே போந்த ரூபகாரம். கிறிஸ்துமார்க்கம் வெள்ளைக்காரரர் மார்க்கம் வசைச்சொல்லுக்கு இதுவே தகுந்த கண்டனம். இச்சங்கங்கள் தேவாசீர்வாதம் பெற்று நாளொரு வண்ணம் பொழுதொருமேனியாய் வளர்ந்தோங்கி இன்னும் சுவிஸ்தாரமான வேலைசெய்ய கடவுள் அநுக்கிரகிப்பாராக.

தமிழ்நாட்டாருக்கு இவ்விஷயத்தில் வேசேஷித்த கடமையுண்டு. சுத்த சுவிசேஷம் முதல் முதல் தமிழ்நாட்டிற்கே வந்தது. வேதாகமம் முதல் முதல் தமிழ்பாஷையிலேயே திருப்பப்பட்டது. பூர்வ சூரியானிச்சபை ஒன்று நீங்கலாக, சுதேச கிறிஸ்தவர்கள் ஜாஸ்தியாயிருப்பது தமிழ்நாட்டிலேயே. காரியம் இவ்வாறிருக்க, தமிழ்நாட்டுக் கிறிஸ்தவர்களுக்கு விசேஷித்த பொறுப்பு உண்டல்லவா? தெலுங்குநாடு, கன்னடம் இவைகளில் சுவிசேஷம் பிரபலமாக்குவதற்கு தமிழ்நாட்டாரே உத்தரவாதிகளல்லாவா? அதிக சலாக்கியம் அதிக உத்தரவாதம். ”நான் உன்னை ஆசீர்வதிப்பேன், நீ ஆசீர்வாதமாயிரு” என்பது தேவவாக்கு.

இன்னும் நடக்கவேண்டிய வேலை

தென் ஆப்பிரிக்காவில் பிரிட்டிஷ் ராஜ்யம் விருத்தியடையத் தக்கதாக ஜீவகாலமெல்லாம் பிரயத்தனம்செய்து, பொருளையும் உயிரையும் செலவிட்ட செஸில்ரோட்ஸ் என்ற பிரபு மரணப் படுக்கையிலிருக்கும்போது, “நடந்திருப்பது எவ்வளவு கொஞ்சம்! நடக்கவேண்டியது எவ்வளவு அதிகம்!” என்று புலம்பினாராம். இந்துதேசத்தில் சுவிசேஷ ராஜ்யத்தின் விருத்தியை நினைத்தும் நாம் அவ்வாறே புலம்பவேண்டியதிருக்கிறது. இவ்வளவு காலமும் நடந்திருக்கும் வேலை எவ்வளவு கொஞ்சம்! இன்னும் நடக்கவேண்டிய வேலை எவ்வளவு அதிகம்!

இந்துதேசத்தின் ஜனத்தொகையில் நூற்றுக்கொருவன் கிறிஸ்தவன் என்று சொன்னோமே. நூற்றுக்கொருவன் கிறிஸ்தவன் என்பது பெரிய காரியந்தான். ஆனால் நூற்றுக்குத் தொண்ணூற்றொன்பதுபேர் இன்னும் கிறிஸ்து சபைக்கு வெளியே இருக்கிறார்களென்பதையும் மறந்துபோகாதிருப்போமாக. இந்தியாவின் ஜனத்தொகையை நிமிஷத்துக்கு இருபதுபேர் வீதம் இராப்பகலாய் எண்ணினால், முப்பது வருஷம் செல்லும் என்று பார்த்தோம்.

கிறிஸ்தவர்களெல்லாரையும் எண்ணுவதற்கு நாலுமாசம் பதினைந்து நாள் போதும்!

இவ்வத்தியாத்தில் காட்டியிருக்கும் இந்துதேச படத்தைப் பார்த்தால், ஒவ்வொரு மாகணத்திலும் ஜனத்தொகை இவ்வளவென்றும், கிறிஸ்தவர்கள் இத்தனைபேர் என்றும், ஜனத்தொகையில் கிறிஸ் தவர்கள் வீதாசாரம் பதினாயிரத்திற்கு இத்தனை என்றும் குறித் திருக்கிறது. பிரிட்டிஷ் நேர் அதிகாரத்துக்குட்பட்ட மாகாணங் களில் சென்னை, பர்மா, பம்பாய் தவிர மற்றவைகளில் வீதா சாரம் கொஞ்சம் என்று கவனிக்கலாம். சிற்றரசு நாடுகளிலோ திருவிதாங்கூர்தவிர, மற்றவைகளில் சீர் நிர்ப்பந்தமே. குவாலியர் நாட்டில் முப்பது வருஷம் ஜனங்களுக்கு 635 பேர்மாத்திரம் கிறிஸ்தவர்கள். இன்னும் இருபது லக்ஷம் ஜனங்கள் எப்போதாவது கிறிஸ்துவின் சுவிசேஷ செய்தியைக் கேட்டதில்லை என்று அங்கிருக்கும் ஓர் மிஷனரி எழுதுகிறார். ராஜபுதனத்தில் ஜைசல்மர், பண்டி, தாங்க், ஜலவார், பன்ஸ்வாரா, பர்த்தாப்கார், டங்கர்பூர், கராலி முதலிய பிரிவுகளிலும் ஒரு கிறிஸ்தவனுமில்லை.

சத்தியதூதன், பிப்ரவரி 1916, பக். 15

மத்திய இந்தியாவில், ஒர்ச்சா பண்ணா, டத்தியா, க்ஷற்றர்பூர், க்ஷர்க்காரி, பீஜபார், தேவாஸ், அஜைகர் என்ற ஜமீன்களில் ஒன்றரை, இரண்டு, மூன்று லக்ஷம் ஜனங்கள் இருந்தபோதிலும், ஒரு கிறிஸ்தவனாவது, கிறிஸ்தவ பிரசங்கியாவது இல்லை. மத்திய மாகாணங்கள் கீழ்ப்பட்ட சுதேச அரசர் நாடுகளில் சுமார் இருபது லக்ஷம் ஜனங்களுக்கு 576 கிறிஸ்தவர்கள் மாத்திரம் உளர். அதாவது, 2,500-க்கு ஒன்று! கங்கர், கவார்டா, ராய்கர், சரங்கர், பம்ரா, சான்பூர், பாட்னா, கலஹாந்தி இவற்றில் சுவிசேஷ பிரசங்கிமார் கிடைக்கவே கிடையாது.

பஞ்சாப் இராஜதானியைச் சேர்ந்த சிற்றரசு நாடுகளில் நாற் பத்தைந்து லக்ஷம் ஜனத்துக்கு 285 பேர் மாத்திரம் கிறிஸ்தவர்கள். 35 ஜமீன் பூமிகளில் சுவிசேஷ ஊழியமே நடைபெற்றதில்லை. ஐக்கிய மாகாணங்களில் 2.5 லக்ஷம் ஜனமுள்ள தேரி கர்வால் இராஜ்யத்தில் கிறிஸ்துவைப் பிரசங்கிப்பார் எவருமில்லை. வங்காளம், சோட்டா நாக்பூர் பிரிவிலுள்ள ஸாகூஜா, ஜய்ப்பூர்,

உடாய்ப்பூர், கெரேயா, க்ஷங்பங்கர் என்னும் ஜமீன்களில் சுமார் ஆறு லக்ஷம் ஜனங்களிருந்தாலும், சுவிசேஷ வேலைக்கு அடைபட்ட நாடுகளாயிருக்கின்றன.

நிஜாம் அரசாட்சி செய்யும் ஐதரபாத் இராஜ்யத்தில் சுமார் இருநூற்றைம்பது பேருக் கொருவன்மாத்திரம் கிறிஸ்தவன். பீடர், சீர்பூர், தாண்டர், நாந்தர், பீர், பர்பானி, ஒஸ்மனபாத் ஜில்லாக் களில் மிச்சமான பாகங்களில் இன்னம் கிறிஸ்துமார்க்கம் பிரசங் கிக்கப்படவில்லை.

சுதேச அரசாட்சிக்குட்பட்ட நாடுகள் ஸ்திதியைக் கவனித்தோம். மிஷனெரிவேலை செய்வதற்கு யாதொரு அப்பியந்தரமும் இல்லா திருக்கும் பிரிட்டிஷ் இலாகாவில்கூட இன்னம் பல பாகங்களில் சுவிசேஷம் செல்லவில்லை. பம்பாய் இராஜதானியில் அரை லக்ஷம் ஜனமுள்ள முப்பத்து மூன்று தாலுக்காக்களில் மார்க்கம் போதிக்கப்படவில்லை. ஐக்கிய மாகாணங்களிலுள்ள லக்ஷம் கிராமங்களுள் 50,000 கிராமங்களில் வருஷக் கணக்காய்ப் பிரசங்கம் நடந்ததில்லை என்று மிஷனெரி குரு எழுதுகிறார். ஜனப்பெருக்கம் நிறைந்த வங்காளத்தில் மொத்தம் ஒரு கோடியே முப்பத்தைந்து லக்ஷம் ஜனமுள்ள முப்பது தாலுக்காகளில் ஒரு கிறிஸ்தவனாவது, கிறிஸ்தவ ஊழியனாவது இல்லை. வங்காளத்தில் மாத்திரம் இன்னும் இயேசு பெருமானின் இன்ப நாமம் கேள்வியுறாத நாலுகோடி ஜனம் உண்டென்று கணக்கிட்டிருக்கிறது.

ஆகச்சே இந்துதேசம் முழுவதையும் கவனித்தால், இன்னும் சுவிசேஷ வேலை ஜாஸ்தியாய் நடைபெறவேண்டிய பாகங்கள் எவையெனின், சுதேச அரசாட்சி நாடுகளும், வங்காளமும், ஐக்கிய மாகாணங்களுமெனக் காணலாம். தேசமுழுவதிலும் கணக்குப் பார்க்கின், இன்னும் பத்துக்கோடி ஜனங்களுக்கு சுவிசேஷம் செல்ல வழியில்லை என்று தெரிகிறது. அதாவது நம் சுயதேசத்தவரில் இன்னம் பத்துக்கோடிப்பேர் தங்கள் ஜீவக்காலத்தில் ரக்ஷண்ய வழியை அறிய ஏதுவில்லை. இவர்களுக்குச் சுவிசேஷத்தை அறி விக்க யார் போவார்?

இந்தத் தேசம் நம் சொந்த தேசம். இந்த ஜனம் நம் சொந்த ஜனம். நமது எலும்பில் எலும்பும், மாம்சத்தில் மாம்சமுமான

இவர்களுக்காகவும் நம் இரட்சகர் மரித்தாரே! இவ்விஸ்தாரா தேசத்தவரை ஜெகஜோதியாகிய ரக்ஷாபெருமான் திருப்பாதத் தண்டை சேர்ப்பதற்கு அவசியம் தேவை என்ன?

இன்னும் மிஷனெரி வேலைநடைபெறாத பாகங்களில் ஊடறுத்துச் சென்று சிலுவைக்கொடியை நாட்ட சுவிசேஷர்களும், மிஷனெரிமாரும் தேவை!

தற்காலம் ஊழியம் நடப்பிக்கும் ஐரோப்பிய மிஷனெரி சங்கங்களுக் கெட்டாத தூரத்தில் வசிக்கும் 10 கோடி ஜனங்களுக்கும் பிரசங்கிக்க மனுஷரும் பணமும் தேவை!

ஸ்தாபிக்கப்பட்டிருக்கும் மிஷன்களில் ஊழியஞ்செய்ய சுய வெறுப்புள்ள ஆவிக்குரிய உபதேசிமார்! உபாத்திமார் தேவை!

சுதேச சபையை சுய ஆதரவு, சுய ஆளுகை, சுய விருத்திக்கு வழிநடத்த திறமையும் ஆவிக்குரிய வல்லமையும் பொருந்திய படிப்பாளிகளான குருமார் தேவை!

இன்னும் அரிவரிதெரியாத நூற்றுக்குத் தொண்ணூற்றைந்து பங்கு ஜனத்தின் மனக்கண்ணைத் தெளிவிப்பதற்கு ஆசிரியர் தேவை!

இருள் நிறைந்த அந்தர்ப்புரங்களுட் பிரவேசித்து அங்கு ஞான ஒளியை நாட்ட வேதாகம ஸ்திரீகள் தேவை!

"நீங்களே அவர்களுக்குப் போஜனம் கொடுங்கள்" என்று எஜமான் சொல்லுகிறார். "எங்களுக்கு வந்து உதவிசெய்யுங்கள்" 31.5 கோடி ஜனம் கூக்குரலிடுகிறது. இந்தியா ரட்சிக்கப்படுவதற்கு நாம் என்ன செய்யலாம்?

1. ஜெபி – அதிகமாய் ஜெபிக்கிறவர்களே, அதிகமாய் உதவி செய்கிறவர்களென்று ஓர் சுலோகம் உண்டு. ரஞ்சி மிஷனை ஸ்தாபித்த காஸனர் போதகர் நிபுணர். வைத்தியசாலைச் சுவர்களை ஜெபத்தினால் எடுப்பித்தார். மிஷன் ஸ்தானங்களை ஜெபத்தினால் ஸ்தாபித்தார். மிஷனெரிமார் விசுவாசத்தை ஜெபத்தினால் ஊன்றக் கட்டினார். ஐசுவரியவான்கள் இருதயங்களையும், பொக்கிஷங் களையும் ஜெபத்தினால் திறந்தார் என்று அவரைப்பற்றிச் சொல்லியிருக்கிறது. ஊக்கமான ஜெபம் மிகுந்த பலனுள்ளது.

கருணைநாதரான இயேசுகிறிஸ்து திரளான ஜனங்களைக் கண்டபொழுது அவர்கள்மேல் மனதுருகி என்ன செய்தார்? தம்முடைய சீஷர்களை நோக்கிப் பார்த்து, "அறுப்புமிகுதி, வேலையாட்களோ கொஞ்சம், அறுப்புக்கு எஜமான் தமது அறுப்புக்கு வேலையாட்களை அனுப்பும்படி அவரை வேண்டிக்கொள்ளுங்கள்" என்றார். இந்தியா தேசத்தின் பரிதாப நிலையைக் கண்ணுற்ற கருணைகொள்ளும் ஆண்டவர் இன்றும் தமது சீஷராகிய நம்மையே நோக்கிப் பார்க்கிறார். தமிழ்பேசும் சுதேச கிறிஸ்தவர்களாகிய நம்மையே விசேஷமாய் நோக்கிப்பார்த்து, "வேண்டிக்கொள்ளுங்கள்" என்கிறார்.

எதற்காக வேண்டிக்கொள்ளவேண்டும்? இந்து தேசத்திற்காக வேண்டிக்கொள்ளுவோமாக. இதின் நிர்ப்பந்த நிலைமையைப் பார்த்து கர்த்தர் இரங்கும்படி ஜெபிப்போமாக. இங்கிருக்கும் சுதேச சபைக்காகப் பிரார்த்திப்போமாக. தங்களைக் கிறிஸ்தவர்களென்று சொல்லிக்கொள்ளுகிற யாவரும் உத்தம கிறிஸ்தவர்களாய் இந்துதேச ரக்ஷணைக்காக ஜெபித்து, உழைத்துப் பிழைக்கும்படியாய் மன்றாடுவோமாக. விசேஷமாய் தமிழ் சபைக்காக வேண்டிக்கொள்ளுவோமாக. தமிழ்நாட்டுச் சபை தன் விசேஷித்த உத்தரவாதத்தை உணரும்படியாக ஊக்கமாய்ப் பிரார்த்தனை செய்வோமாக. சகல மிஷனெரி சங்கங்களுக்காகவும் விண்ணப்பம் பண்ணுவோமாக. எல்லாவற்றிலும் முக்கியமாய் கிறிஸ்துமார்க்கத்தைப்பற்றி இன்னும் கேள்விப்படாத பத்துக் கோடி ஜனங்களுக்கு சுவிசேஷம் செல்லும்படியான வாசல் திறக்கப்படக் கெஞ்சுவோமாக. "தேவனே, எங்கள் தேசத்தை ரட்சியும்! எங்கள் தேசத்தை உயிர்ப்பியும்" என்ற மன்றாட்டு இதை வாசிக்கும் ஒவ்வொருவருடைய இருதயத்திலிருந்தும் தினந்தோறும் தேவ சந்நிதிக்கு எழுந்தருளுவதாக. ஜெபமே ஜெயம்.

சத்தியதூதன், மார்ச் 1916, பக். 19

2. கொடு – யூதன் ஒவ்வொருவனும் மூன்று காரியங்களுக்காகக் காணிக்கை செலுத்தவேண்டியவனாயிருந்தான். (1) தேவாலயத்தில் படைக்க வேண்டிய பலிகளுக்காக; (2) ஆசாரியர் பிழைப்புக்காக; (3) ஏழைகள் பராமரிப்புக்காக. இவற்றில் ஒன்றைத் செலுத்தினால் மற்றதை நிறுத்திக் கொள்ளலா மென்றில்லை. மூன்றிற்காகவும்

யூதன் பணம் செலவிடவேண்டியவனே. தங்கள் மொத்த வரு மானத்தில் மூன்றில் ஒன்றை யூதர் இவ்வாறு செலவிட்டார்கள்.

கிறிஸ்தவர்களும் மூன்றுவிதமான காணிக்கை செலுத்தவேண்டி யவர்களாயிருக்கிறார்கள். கிறிஸ்தவர்களும் யூதரைப்போல தங்கள் ஆத்தும மேய்ப்பரான குருமார், உபாத்திமார் ஆதரவுக்காகக் கொடுக்கக் கடமைப்பட்டிருக்கிறார்கள். யூதரைப்போலவே, தங்க ளிலுள்ள ஏழைகளையும், அநாத விதவைகள், பிள்ளைகளையும் பராமரிக்க வேண்டியவர்களாயிருக்கிறார்கள். ஆனால் தேவாலயப் பலிவகைகளுக்குப் பதிலாக, சுவிசேஷ ராஜ்யத்தின் விருத்தி காகக் கொடுக்கவேண்டியவர்களாயிருக்கிறார்கள். இதுவே கர்த்த ருக்குச் சுகந்த வாசனையான பலி என்று பரி. பவுல் சொல்லுகிறார். பிலி. *4.18.*

தமிழ்நாட்டுக் கிறிஸ்தவர்கள் இம்மூன்றையும் ஒன்றுபோல் செய்துவருகிறார்களா? தர்மஞ்செய்ய முந்திக்கொள்ளுகிறதுபோல, சுய ஆதரவுக்கும் உற்சாகம் கொடுக்கிறார்களா? தர்மத்திற்கும், சபை தயாரிப்புக்கும் கொடுப்பதுபோல சுவிசேஷ பிரபல்யத் திற்கும் நன்கொடை செலுத்துகிறார்களா? சுவிசேஷம் இன்னும் செல்லாத நாடுகளில் சுவிசேஷத்தைப் பிரசங்கிப்பதற்காக நம் தேசத்தவர் அங்கங்கே போயிருக்கிறார்கள். தங்கள் இனத்தையும் ஜனத்தையும் விட்டு, சரீர கஷ்ட நஷ்டங்களைச் சந்தோஷமாய் அநுபவித்து, சுவிசேஷக் கொடியைச் சத்துருவின் பாளயத்தில் நிறுத்தப் போயிருக்கிறார்களே! அவர்கள் தங்களை உயிரையும் அருமையென்று பாராமல் கிறிஸ்துவுக்காக முன்னணியத்திற்குச் சென்றிருக்கும்போது, அவர்கள் செய்துவரும் வேலையைத் தாங்கும்படி பொருள் சகாயமாவது செய்யவேண்டாமா?

ஐரோப்பியர் உலகத்தின் நான்கு திக்குகளினின்றும் தங்கள் பொருளை இத்தேசத்தின் இரட்சிப்புக்காகத் தாராளமாய்க் கொட்டு கிறார்கள். அவர்கள் பணத்தினால் கட்டப்பட்டிருக்கும் ஆலயங்கள் எத்தனை? பாடசாலைகள் எத்தனை! கற்பிக்கப்பட்டவர்கள் எத்தனை ஆயிரம்! உபகாரம்பெற்று பிழைக்கிறவர்கள் எவ்வளவு ஏராளம்! புறதேசத்தார் இவ்வளவு நமக்காகச் செய்யும்போது நாம் சும்மா இருந்து பார்த்துக்கொண்டிருப்போமா? இது நமது தேசமல்லவா? ஆண்டவர் நமக்காகவும் தமதாருயிரைக்

கொடுக்கவில்லையோ? அப்படியானால் நமது சக்திக்கேற்றபடி நமது சொந்தத்தேசத்தின் இரட்சிப்புக்காக நாம் கைதிறந்து கொடுக்கவேண்டாமா? நாம் எவ்வளவு கொடுக்கிறமோ அவ்வளவே நமது தேசத்தின்மீது அபிமானம் கொள்ளுகிறவர்களாவோம்.

3. உழை – ஜெபமும் பணமும் அவசியந்தான். ஆனால் வேலை மகா அவசியம். இந்துதேசத்திற்காக ஜெபிக்கிறவர்கள் வேண்டும். கொடுக்கிறவர்கள் வேண்டும். ஆனால் அதிலும் முக்கியமாய் இந்துதேசத்தைக் கர்த்தருடைய பாதத்தில் சேர்ப்பதற்குத் தாங்களே போய் உழைக்கிறவர்கள் அவசியம் தேவை. ஜெபிக்கிறவர்கள் அநேகர் தங்கள் சொந்தநாட்டை விட்டுப்போய் ஊழியம் செய்யப் பயப்படுகிறவர்களா யிருக்கிறார்கள். ஒரே ஜில்லாவுக்குள்ளேயே கஷ்டமான பாகத்திற்கும், சொந்த ஊருக்குத் தூரமான இடத்திற்கும், தண்ணீர்க்கஷ்டம், வீட்டுக்கஷ்டம் உள்ள கிராமங்களுக்கும் போக மனமற்றிருக்கிறார்கள். பட்டணக்கரைகளில் வேலை வேண்டுமென்றும், சுகத்துக்குப் பிரதிகூலமான தாலுக்காக்களில் வேலை வேண்டாமென்றும் சொல்லுகிறவர்கள் அநேகர்.

இத்தாலியர் தேசத்திற்குச் சுயாதீனத்தைக் கொடுத்த காரிபால்டி என்பவர் நம் தேசத்தை இரட்சிக்கும்படி புறப்பட்டார். தேசத்தின் வாலிபரைப் பார்த்து, "வாலிபரே, என்னோடு நீங்கள வருவதானால், ஏதேனும் சுகம் கிடைக்கும் என்று எண்ணாதிருங்கள். குளிர், பசி, பட்டினி, கந்தையே உங்கள் பங்காயிருக்கும். தன் தேசத்தை நேசிக்கிறவன் என் பின்னே செல்லட்டும்" என்றார். ஆயிரக் கணக்கான வாலிபர், தேசத்திலுள்ள பல சூரர்களும் வீரர்களுமானவர்கள் காரிபால்டி பின் சென்றார்கள். தங்கள் உயிரைக் கொடுத்தார்கள். தங்கள் அருமையான தேசத்தை இரட்சித்தார்கள்.

இந்தியாவை இரட்சிக்கும்படி இயேசு தளகர்த்தர் சொல்லுகிறார். உஷ்ணமான பாழ் வனாந்தரங்களிலும், குளிரான மலங்காடுகளிலும், குளிர்ஜுரமும், விஷஜுரமும், மலைஜுரமும் உண்டாகும். சதுப்பு நிலங்களிலும், நல்ல தண்ணீர் கிடையாத உவர் நிலங்களிலும், யானை, புலி, சிங்கம் வசிக்கும் புதரடர்ந்த காடுகளிலும், நரமாம்ச பட்சணிகள் பிழைக்கும் காரிருள் அடவிகளிலும் கிறிஸ்து செல்கின்றார். அவர் பின்னே சென்று ஆத்துமாக்களை இரட்சிக்க யார் போவார்?

விண் கிரீடம் பெறப் போருக்கு
கிறிஸ்துதேசு செல்கின்றார்
அவரின் வெற்றிக் கொடிக்குக்
கீழாகப் போவோன் யார்?
தன் கஷ்ட பாத்ரம் குடித்து
சோராமல் நிற்போன் யார்?
தன் சிலுவையை எடுத்து
அவர் பின்செல்வோன் யார்?

"இதோ அடியேன் இருக்கிறேன். என்னை அனுப்பும்" என்று யார் சொல்வார்?

சத்தியதூதன், ஏப்ரல் 1916, பக். 22 -23